அலைமிகு கணங்கள்

ஆதவன் தீட்சண்யா

நீலம்

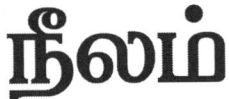

பொருளடக்கம்

• கட்டுரை •

சாதி பார்த்தே நீதி 8

வாழும் கடந்த காலம் 10

தீண்டாமைச் சுவரின் கொலைகள் 12

விளக்கம் தர அமைச்சர், வில்லங்கம் செய்வது யார்? 19

பி.எஸ்.என்.எல்:
துரோகத்தால் பலிகொடுக்கப்பட்ட துயர வரலாறு 23

பெறுநர்:
மூடுண்ட சிறையின் கைதி, ஆனந்த் டெல்டும்ப்டே,
அனுப்புனர்:
திறந்தவெளிச் சிறையின் கைதி, ஆதவன் தீட்சண்யா 28

ரத்து அதிகாரமும் வெத்து அதிகாரமும் 32

பார்ப்பரேட்டிய காலத்தில் கல்வி 39

வரலாற்றுக்கு வெளியே விரட்டப்படும் மாப்ளா தியாகிகள் 46

நன்மாறனைப்போல் சாக,
நன்மாறனைப் போல வாழ்ந்தாக வேண்டும் 51

3

❖ ஆதவன் தீட்சண்யா ❖

கதைகளற்ற பால்யம் கொண்டவன்
கதையெழுத வந்த கதை							53

அதிகாரத்தைப் பற்றிய உண்மைகளைப் பேசுவோம்		58

இந்துத்துவத்திற்கு எதிரான போரில் முன்னணிப்படையாய்	61

போனி டெய்லும் பொடக்கழுத்தும்					66

சூடு சுரணையுள்ளவர்களின் துணிவான கவனத்திற்கு		70

கண்களைப் பறித்துவிட்டுக் கண்ணாடி மாட்டுவதா?		78

● முன்னுரை ●

தேயிலையின் நிலை தங்கத்தைவிட மேலானது;
தொழிலாளர் நிலை தகரத்தைவிட கீழானது?			84

பாசறை என்பது காரணப்பெயர்					87

மீனவர்கள் சத்தமாகத்தான் பேசுகிறார்கள்,
உங்களுக்குக் கேட்கிறதா?						93

● விமர்சனம் ●

ஒரு வாழைப்பழத்தை இருமுறை சாப்பிட முடியாது		101

ரைட்டர்: வாழ்வை அதிகாரம் சூறையாடும்போது
நீங்கள் பார்வையாளரா பங்குதாரியா?				107

● நேர்காணல் ●

நீலமும் பச்சையும் கறுப்பும் சிவப்புமாக ஒன்றிணைய
இதைவிடவும் உக்கிரமான காலமேது?				112

பீரங்கி உடலைப் பணிய வைக்கிறது; பள்ளி ஆன்மாவைப் பணிய வைக்கிறது	120
சகோதரத்துவம் வளர நலம் வாய்ந்த சமூக மண்ணும் சிந்தனை நீரூற்றும் தேவை	128
தமிழகத்தில் சாதியத்தின் தாக்கம்	133
விதைகளை ஊன்றிவைத்தால் சூழல் தேவையானதை வளர்த்துக்கொள்ளும்	143

கட்டுரை

சாதி பார்த்தே நீதி

அண்ணல் அம்பேத்கர் பிறந்த 1891ஆம் ஆண்டில் அயோத்திதாசர் நீலகிரியில் கூட்டிய திராவிட சபையின் மாநாடு '...விவசாய ஏழைகளுக்குப் பூமி...' கோரியது. செங்கல்பட்டு ஆட்சியர் திரமென்ஹீர் பரிந்துரையால் 1892இல் சென்னை மாகாணத்தில் தலித்துகளுக்கு 12லட்சம் ஏக்கர் பஞ்சமி நிலம் என ஒதுக்கப்பட்டது. 'அசுரன்' திரைப்படத்தை முன்னிட்டு இவ்விசயத்தின்மீது கிளம்பிய விவாதம், ஒரு கட்சியின் தலைவரிடம் இன்னொரு தலைவர் மூலப்பத்திரம் கேட்பதாகவும், 'ஆண்ட சாதி'யை நீக்கும்படி வெற்றிமாறனை மிரட்டுவதாகவும் திரிந்துபோனது. இதேபோல பா.இரஞ்சித் தலித்துகளின் நிலவுரிமை பற்றி எழுப்பிய கேள்வியை இராஜராஜசோழன் மீதான அவதூறாகத் திரித்தார்கள்.

இவ்விரண்டு விசயங்களிலும் பின்தள்ளப்பட்ட கேள்விகள்: மானியங்களுக்காக நிலம் பறிக்கப்பட்டுக் குடிநீக்கிகளாக ஆக்கப்பட்டவர்கள் யார்? சாதியமின்றி நிலக்குவிப்பு நடந்ததா? பஞ்சமி நிலம் ஏன் இப்போது தலித்துகளிடம் இல்லை? தீண்டினால் தீட்டு, பார்த்தாலே பாவம் என்பவர்கள் தலித்துகளின் பஞ்சமி நிலம் முழுவதையுமே அபகரித்திருப்பது தீட்டுக்குரியதாகாதா? அபகரிக்கப்பட்டுள்ள பஞ்சமி நிலத்தை மீட்டெடுப்பது எங்ஙனம்?

○

மேலவளவு முருகேசனும் அவரது தோழர்கள் ஐவரும் கொடூரமாகக் கொல்லப்பட்டதை உலகறியும். சாதிய வன்மத்தால் முருகேசனின் தலையை வெட்டியெடுத்து வெகுதூரத்திலிருந்த கிணற்றில் வீசிப்போயினர் கொலையாளிகள். ஆயுள்தண்டனைக் கைதிகளான இக்கொலையாளிகள் 17 பேரும் ஒருசேர நன்னடத்தையோடு இருப்பதாக எப்படியோ கண்டுபிடித்து விடுதலை செய்திருக்கிற தமிழக அரசு, மறுதலையாக அப்பாவி தலித்துகளை எப்படிக் கையாள்கிறது?

மேட்டுப்பாளையம் தீண்டாமைச் சுவரால் கொல்லப் பட்டவர்களுக்கு நீதிகேட்டுப் போராடியவர்கள் மீது காவலர்களை

ஏவியது. பாதிக்கப்பட்டவர்களைச் சாதிப்பெயரிட்டுத் திட்டி அவமதித்துத் தாக்கியதுடன் பொய்வழக்கில் சிறைப்படுத்தியுள்ள காவல் துறையினர்மீது ஒரு நடவடிக்கையுமில்லை. பாராட்டிப் பதக்கம் கொடுப்பார்களாக்கும். இடுகாடின்றியும், இடுகாட்டுக்குப் பாதை மறுக்கப்பட்டதால் பாலத்தின் மீதிருந்து பிணத்தைக் கயிறுகட்டி இறக்கியெடுத்தும் தலித்துகள் அல்லாடுகையில் ஏறெடுத்தும் பாராத அரசு மேட்டுப்பாளையத்தில் மாண்ட 17 பேரையும் அவசரமாக எரித்தழித்துள்ளது. தலித்துகள் ஒரு வழக்கில் விடுதலையானால் மறுவழக்கைப் போட்டு வெளியே வரமுடியாதபடிச் செய்கிறது. கைதுசெய்யப்பட்டவர்களை விடுவிக்குமாறு போராடியவர்களில் ஒருவரை குண்டர்சட்டத்தில் சிறைப்படுத்தியுள்ளது. நாட்டின் சிறைச்சாலைகளில் இஸ்லாமியர்களும் தலித்துகளும் பெரும்பான்மையாக அடைபட்டிருப்பது இவ்விதமாகத்தான்.

❍

தேர்தலின்போதான பொன்பரப்பி வன்முறையாளர்கள் மனக்கண்ணிலேயே இருக்கிறார்கள். அந்தக் கும்பலில் பலருக்கும் திடகாத்திரமான உடல்வாகு இல்லை. நேர்த்தியான உடையில்லை, செருப்பில்லை. எண்ணெயற்ற பரட்டைத்தலை. ஆனால், மனம் முழுக்கச் சாதிவெறியும் அதன் மறுவடிவமாய் உருட்டுக்கட்டையும் ஏந்தி அவர்களையொத்த தலித்துகளின் வீடுகளையும் பண்டபாத்திரங்களையும் அடித்து நொறுக்கியும் தீராத ஆத்திரம் வசவானது. எது எதிர்ப்படினும் அழித்தொழிக்கும் வன்மத்தை உடல்மொழியால் காட்டியபடி விரைந்த அவர்கள் ஒருநாளில் சாதிவெறியர்களாகிவிடவில்லை. குடும்பம், சுற்றம், கோயில், திருவிழா, கல்விக்கூடம், ஊடகம் என ஒவ்வொன்றும் தன்பங்கிற்கு ஊட்டிய விஷத்தினால் அவ்விதமாகியிருக்கும் அவர்களை இக்கட்டுரை என்ன செய்யும்?

ஆனந்த விகடன், 2019 டிசம்பர்

வாழும் கடந்த காலம்

கீழடியின் இதுவரையான தரவுகளின்படி 2700ஆண்டுகளுக்கு முன் சாதிமத அடையாளமற்றோராக இருந்துள்ள தமிழர்கள், இத்தொல்பெருமைக்குப் பொருந்தாக்குணத்துடன் ஆரிய வழித்தோன்றல்களெனும் பார்ப்பனர்கள் தலைமையிலான 443 பெருஞ்சாதிகளாகப் பிளவுண்டிருக்கின்றனர். இப்பாகுபாட்டுக்கு எதிர்வினையாகப் பிறப்பொக்கும் எல்லா உயிர்க்கும் என்றெழுந்த சமத்துவ விழுமியம் இங்கு வாழ்வியல் நெறியாக மேலெழவில்லை.

கல்விப்பரவல், தொழில்வளர்ச்சி, நகரமயமாக்கம், நவீனக் கருத்தியல் முன்னெடுப்புகள் ஆகியவற்றின் முன்னோடி மாநிலமாகத் தோற்றம் காட்டினாலும் சாதியே தமிழக மக்களின் முதன்மையான அடையாளமாக இருக்கிறது. இவர்கள் முற்பட்ட சாதியினர் - 79, பிற்படுத்தப்பட்ட சாதிகள் - 136, பிற்படுத்தப்பட்ட சாதிகள் (முஸ்லிம்) - 7, மிகவும் பிற்படுத்தப்பட்ட சாதிகள் - 41, சீர்மரபினர் - 68, பட்டியல் சாதிகள் - 76, பட்டியல் பழங்குடிகள் - 36 என வகைப்படுத்தப்பட்டுள்ளனர்.

எந்தவொரு சாதியின் மரியாதையும் இழிவும் அது பார்ப்பனர்களுக்கு எவ்வளவு அருகில் / தொலைவில் இருக்கிறது என்பதைக் கொண்டுதான் தீர்மானிக்கப்படுகிறதேயன்றி எந்த வகைப்பாட்டிற்குள் இருக்கிறது என்பதைப் பொறுத்தல்ல. ஏதேனுமொரு வகைமை கலைக்கப்பட்டாலும் அல்லது அதிலிருக்கும் சாதிகள் வேறு வகைமைக்கு மாற்றப்பட்டாலும் கூட சாதியடுக்கில் அதன் அமைவிட வரிசையை மாற்றியமைக்க முடியாது.

பார்ப்பனீயமயமாக்கலின் அடுத்த சுற்று, பார்ப்பனீய எதிர்மரபினூடாகத் தமிழ்ச் சமூகம் ஈட்டெடுத்த எல்லா முன்னேற்றங்களையும் அழித்தொழிப்பதில் கவனம் குவித்துள்ளது. அது சுயசாதிப் பெருமிதத்துடன் பிறசாதிகளைத் தீட்டுக்குரியனவாகக் கருதுகிற பார்ப்பன ஒழுங்குகளைக் கடைபிடிக்குமாறு ஒவ்வொரு சாதிக்குள்ளும் ஊடுருவி அரித்துவருகிறது. :பார்ப்பனரல்லாதார் தத்தமது சாதியை விதந்தோதும் தொல்கதைகளையும் சடங்குகளையும் வேதக்

கடவுளர்களின் அவதாரம் லீலை வரம் சாபம் புண்ணியம் பாவம் ஆகியவற்றோடு இணைப்பதன் மூலம் சாதியடுக்கு மற்றும் சடங்கியல் தலைமையாகப் பார்ப்பனர்கள் நீடிப்பதைக் கேள்விக்கு அப்பாற்பட்டதாக மறுவுறுதி செய்துவருகிறது. அவர்களில் கொடிய குற்றவாளிகள்கூட நாட்டின் சட்டங்களால் தொடமுடியாத பாதுகாப்பு வலையத்திற்குள் இருக்கின்றனர். மனுஸ்மிருதி அமலில் உள்ளதைப்போல பார்ப்பனர்கள் தமிழ்ச்சமூகத்தின் மீது செல்வாக்குப் பெற்றுள்ளனர்.

திராவிடத் தனித்துவம் பேணாத பார்ப்பனரல்லாதார் பார்ப்பனர்கள் மீதான கண்டனங்களை இடைமறித்து ஏற்கும் காலாட்படையாகச் சிறுமைப்பட்டுள்ளனர். 'ஆநிரை கவர்ந்து' கொழுத்த மாடுகளைப் பகிர்ந்துண்ட தமது சங்ககாலப் பாரம்பரியத்தை மறைக்கும் இவர்களுக்கு, இன்று அதே உணவுத்தொடர்ச்சியைக் கடைபிடிப்போர் மீதான ஒவ்வாமை பார்ப்பனர்களிடமிருந்து இரவலாகப் பெற்றதே. இவர்களுக்குள் உள்முரண்கள் பலவாயினும் தலித்துகளை ஒடுக்குவதில் ஒன்றுபட்டுள்ளனர். சமூகநீதிக்கான போராட்டத்தால் பன்முக வாய்ப்பினைப் பெற்றுள்ள இவர்கள் தலித்துகள் மட்டும் அதே இழிநிலையிலேயே உழல வேண்டுமென எதிர்பார்த்து நிகழ்த்தும் வன்கொடுமைகள் மனிதத்தன்மையற்றவை.

சாதிகடந்த திருமணங்கள் கடந்த ஐம்பதாண்டுகளாக 5சதமளவுக்கே தேங்கியுள்ள தேசிய சராசரிக்கும் கீழானது தமிழகத்தின் நிலை. 97% திருமணங்கள் சொந்த சாதிக்குள்ளேயே நடப்பதானது, இங்கு அகமண முறையின் இறுக்கத்தையும் பெண்கள் மீதான ஒடுக்குமுறையையும் குறிக்கிறது. சாதியப் பிடிமானம் இயல்பான உணர்வாகவும் சாதியெதிர்ப்போ எதிர் உணர்வாகவும் இருக்கிறது. இவ்விரு நிலைகளுக்குமான விகிதத்தை மாற்றியமைப்பதற்கான நிகழ்ச்சிநிரல் தமிழகத்தில் யாரிடமும் இப்போதைக்கு இல்லை என்பது குற்றச்சாட்டல்ல, விவாதத்திற்கான முன்மொழிவே.

நமது ஏகலைவன் மாத இதழ், ஜனவரி 2020

தீண்டாமைச் சுவரின் கொலைகள்

சுவரின் இந்தப் பக்கம் இருக்கும் என் பெயர் மனிதன்
அந்தப்பக்கம் யாரும் இருக்கிறீர்களா?
விடையிறுக்கப்படாத இந்தக் கேள்வியை எழுப்பியபடி
நானொருவன் எத்தனை காலம்தான் காத்திருப்பது?
உங்களில் ஒருவருக்கேனும் எனது குரல் காதில் விழுகிறதா?
என்னோடு உரையாடுவதைத் தவிர்த்துக்கொள்ளும் பொருட்டு
உங்களது குரல்வளையை
நீங்கள் இன்னும் அறுத்துக்கொள்ளாதிருக்கும் பட்சத்தில்
மறுமொழி சொல்லுங்கள் யாரேனும்
குலுக்குவதற்கு நீட்டப்பட்டிருக்கும் எனது கரங்கள்
மரத்துப்போய்
தானே தொய்ந்துவிழ வேண்டுமென்று
காலந்தாழ்த்தும் தந்திரத்தைக் கைக்கொண்டிருக்கிறீர்களா
அல்லது,
இதோ நானிருக்கிறேன் என்று பதில்கூற
யாருமேயில்லாத பாழ்வெளியாய்க் கிடக்கிறதா அந்தப்பக்கம்?

சுவர் உங்களைக் காப்பதாய்ச் சொல்லிக்கொண்டு
சுவரை நீங்கள் காக்கும் இழிகாலத்தில்
எந்தப்பக்கம் இருப்பவர் யார் என்ற வழக்கில்
இப்போது எழுதப்பட வேண்டியது தீர்ப்பு மட்டுமேயாதலால்
சுவரின் இந்தப் பக்கம் இருக்கும் என்பெயர் மனிதன்
அந்தப்பக்கம் யாரும் இருக்கிறீர்களா?
உஸ்பார் கொய் ஹை க்யா?
ஆக்கடே யாரு இதாரே?
திக்கடே பாஜூ கோன் ஆஹே...?
அக்கட எவுரு உண்ணாரு?
அப்பக்கம் ஆரெங்கிலும் இண்டோ?
எனிபடி ஈஸ் தேர்?

உத்தபுரம் தீண்டாமைச்சுவர் பற்றி பத்தாண்டுகளுக்கு முன் எழுதப்பட்ட இக்கவிதை இன்றைக்கு 17 பேரின் சடலங்களுக்கு முன்னே அவமானத்தில் குன்றிக்கிடக்கிறது.

இந்திய அரசின் செயல்பாடுகள் பற்றி வெளிப்படையாக விமர்சிப்பதற்குக் கடந்த காலங்களில் இருந்துவந்த சுதந்திரம் இப்போது இல்லை என்று தொழிலதிபர் ராகுல் பஜாஜ் சில தினங்களுக்கு முன்பு பொறுக்கமாட்டாமல் கருத்துத் தெரிவித்திருந்தார். கார்ப்பரேட்டுகளும் இன்றைய ஆட்சியாளர்களும் கங்காருவும் அதன் குட்டியும் போல இருந்துவந்தாலும் அவர்களாலும்கூடத் தாங்கிக்கொள்ள முடியாததாக நாட்டின் பொருளாதாரமும் கருத்து வெளிப்பாட்டுச் சுதந்திரமும் கீழ்முகமாய்ப் பாய்கிறபோது அவர் இவ்வாறு பேசியது பலரது கவனத்தையும் ஈர்த்தது. இவரைத் தொடர்ந்து மற்றொரு தொழிலதிபரான கிரன் மஜூம்தார் ஷா *"Hope the govt reaches out to India inc for working out solutions to revive consumption n growth. So far we are all pariahs n govt does not want to hear any criticism of our economy"* என்று தனது டிவிட்டர் பக்கத்தில் பதிவிட்டிருந்தார். ஆட்சியாளர்களை விமர்சிக்கும் இப்பதிவின் உள்ளார்ந்த நோக்கம் பாராட்டத்தக்கது. ஆனால், 'இப்போதுவரை நாம் அனைவருமே பறையர்கள்தான்; பொருளாதாரம் குறித்த நமது விமர்சனம் எதற்கும் அரசாங்கம் செவி மடுக்காதபடியால்' என்கிற வரியைக் கவனியுங்கள். அதனுள்ளிருக்கும் ஆட்சேபத்திற்குரிய பொருள் விளங்கும். பறையர்களின் கருத்துப் பொருட்படுத்தத்தக்கதல்ல - அது அவர்களைப் போலவே தீட்டுக்குரியது என்கிற மனுவாதத்திற்கு ஏற்பளிக்கும் படியானதாக அவரது கருத்துலகம் இருக்கிறது என்பதையோ, அதனாலேயே இப்படியான ஒப்பீட்டை இயல்பாக எடுத்தாள அவருக்கு நேர்ந்திருக்கிறது என்பதையோ சுட்டிக் காட்டாமலே இப்பதிவு பலராலும் கொண்டாட்டத்துடன் தொடர்ந்து பகிரப்பட்டு வருகிறது.

தற்செயலாக இதைக் கவனித்து நான் சுட்டிக்காட்டியதுமே அவரது நண்பர்கள் பலரும் "எந்த நேரத்தில் எதைப் பேசுகிறாய்? அவர் அரசாங்கத்தை விமர்சிக்கும்போது இதுவா முக்கியம்? பறையர் என்று ஒப்பிட்டுவிட்டதால் என்ன குடிமுழுகிப் போனது? அவரது ஒப்பீட்டில் என்ன தவறு கண்டாய்? நீ ஒரு சங்கி, விசயத்தை திசைமாற்றுகிறாய், எப்ப பாரு இதே வேலையா? மூடிக்கிட்டு வேறு வேலையைப் பார், வார்த்தையைப் பிடித்துக்கொண்டு தொங்காதே" என்றெல்லாம் கத்த ஆரம்பித்தார்கள். இது வார்த்தையைப் பிடித்துக்கொண்டு தொங்குகிற அழுகுணித்தனமல்ல, அந்த வார்த்தையைத் தெரிவுசெய்வதற்குப் பின்னேயுள்ள மனக்கட்டமைப்பின் மூலகம் தொடர்பான விமர்சனம் என்ற உண்மையை அவர்கள் உணர்ந்திருந்தால் தங்களது நிலைப்பாட்டை மறுபரிசீலனை செய்திருப்பார்கள். ஆனால், அவர்களோ தமது வாதாட்டங்களின்

வழியே 'பறையர்கள் சொல்வதைப் பொருட்படுத்த வேண்டியதில்லை அல்லது பொருட்படுத்த வேண்டாதவற்றைப் பேசுகிறவர்கள் பறையர்கள்' என்கிற மனுவாதத்தை மறுவுறுதி செய்தார்கள். புனிதம் தீட்டு என்கிற சாதியக்கூறை ஏற்றுக்கொள்கிற ஓர் இந்துவின் இந்தப் பொதுமனநிலையைத்தான் இங்குள்ள ஒவ்வொருமே பகிர்ந்துகொள்கின்றனர். தீண்டாமைச்சுவரைக் கட்டாதே என்கிற மேட்டுப்பாளையம் நடூர் காலனி அருந்தியர்களின் எதிர்ப்புக்குரலை உதாசீனம் செய்து சிவசுப்பிரமணியம் சுவரைக் கட்டியதற்கும், அவர்களது முறைப்பாடுகளை உள்ளூர் நிர்வாகம் கவனத்தில் கொள்ளாமல் இன்று 17 பேரைக் கொன்றதற்கும், இந்த அநீதியைத் தட்டிக்கேட்ட இயக்கங்களின் தலைவர்களைப் பார்த்து 'சக்கிலிய நாய்களுக்கிட்ட கெஞ்சிக்கிட்டே இருக்கணுமா?' என்கிற கொக்கரிப்புடன் காவலதிகாரி மணி உள்ளிட்டோர் தாக்குதல் நடத்தியதற்கும் பின்னே இந்த மனநிலைதான் இயங்குகிறது.

❍

வேறு பண்பாட்டுப் பின்புலமுள்ளவர்கள் தமது அண்டையில் வசிப்பதைச் சகித்துக்கொள்ளாதவர்கள் அதிகமுள்ள நாடுகளில் இந்தியா முன்னிலை வகிக்கிறதென்கிறது ஒரு கணக்கெடுப்பு. பிற நாடுகளில் இந்தச் சகிப்பின்மை / வெறுப்புணர்வுக்கு வேறு காரணங்கள் என்றால் இங்கோ உயிரைப்போல அரூபமாகவும் உடலைப்போல திட்டவட்டமாகவும் இந்தியர்களுக்குள் இடையறாது இயங்கிக்கொண்டிருக்கும் சாதியம் காரணமாயுள்ளது. இங்கு பண்பாடு எனப் பயின்றொழுகுவதெல்லாம் அந்தந்தச் சாதிக்கெனச் சாதியம் வகுத்துள்ள ஒழுங்காணைகள்தாம். எனில் இந்தியாவில் 47 இலட்சம் பெயர்களிலான சாதிகளும் உட்சாதிகளும் குறைந்தபட்சம் அதே எண்ணிக்கையளவுக்குப் பிளவுண்ட சமூகத்தையே உருவாக்கியுள்ளன. இச்சாதிகள் ஒவ்வொன்றுமே ஒதுங்குவதிலும் ஒதுக்குவதலுமே தத்தமது தனித்துவமும் மேன்மையும் இருப்பதாக நம்புகின்றன.

சாதியம் - *Archaeology of Untouchability* கட்டுரையில் கோபால்குரு குறிப்பிடுவதுபோல - ஏற்றத்தாழ்வான பாகுபாட்டின் அடிப்படையில் சமூகத்தையும் பஞ்சபூதங்களையும் பிரித்திருக்கிறது. ஆறாம் பூதமான மெய்நிகர்வெளியும் தப்பவில்லை. திசையும்கூடப் பொதுவில்லை. தலித்துகள் சுவாசித்த அல்லது அவர்கள்மீது பட்ட காற்றுத் தங்கள் பக்கம் வீசாத திசைக்கு அவர்களை விரட்டியடிக்க வேண்டும் என்கிற சாதித்தூய்மைவாதம் ஊர் - சேரி என்கிற குரூரமான வடிவில் ஒவ்வொருவருக்குமான புழங்கெல்லையையும் அவற்றின் அமைவிடங்களையும் தீர்மானிக்கிறது. தலித்தல்லாதார்

நினைவில் ஊர் என்பது சேரியைத் தவிர்த்த நிலப்பரப்பாகவும், தலித்துகளின் நினைவிலோ ஊர் என்பது சேரியை மட்டுமே குறிக்கும் நிலப்பரப்பாகவும் தேர்ந்து பதிந்துள்ளது. வாழ்விடம், நீர்நிலைகள், வழித்தடங்கள், வழிபாட்டிடம், இடுகாடு / சுடுகாடு என எல்லாவற்றையும் பாகுபடுத்தி வைத்திருப்பதே சாதியம் என்பதிலிருந்து அணுகினால்தான் மேட்டுப்பாளையம் நடூர் சுவர் தீண்டாமையினால் கட்டப்பட்டுள்ளதை உணர முடியும்.

சிற்றூர்களில் எளிதாக அமலாகிவரும் இந்தப் பிரிவினை நகரங்களில் சற்றே சிக்கலாக வெளிப்படுகிறது. தொடக்கத்தில் ஊருக்கு வெளியே ஒதுக்குப்புறமாக இருக்கும் சேரி, ஊர் பெருத்து நகரமாக வளரும்போது நகரத்தின் முக்கியத்துவம் வாய்ந்த பகுதிகளில் ஒன்றாக மாறிவிடுகிறது. இவ்வளவு காலமும் தீட்டுக்குரியதாக ஒதுக்கப்பட்டிருந்த சேரி அதன் அமைவிடம் மற்றும் சந்தை மதிப்புச் சார்ந்து ஒருகட்டத்தில் ஊர்க்காரர்களுக்குத் தேவைப்படும் இடமாக வகைமாறுகிறது. எனவே அந்த மண்ணின் மக்களை உள்ளூர் நிர்வாகத்தின் துணையோடு வெளியேற்றி அந்தச் சேரியை அபகரித்து ஊரின் பகுதியாக மாற்றும் மோசடியில் ஈடுபடுகிறார்கள்.

சேரிக்கு அருகில் இருந்தால் தங்களது இடத்தின் சந்தை மதிப்பும் குறையும் என்கிற பதைப்பும், இவ்வளவு மதிப்புகூடிய இடம் இவர்களுக்கு எதற்கு என்கிற சாதியக்குரோதமும் நமக்கருகில் இவர்கள் வசிப்பதா என்கிற அசூயையும் இப்படி வெளியேற்றுவதில் முக்கியப் பங்கு வகிக்கின்றன. வெளியேற்ற முடியாத இடங்களில் அதன் பொருட்டான இயலாமையினால் உண்டாகும் எரிச்சலை ஒவ்வாமையாக வெளிப்படுத்துவார்கள். எல்லா நகரங்களிலும் குறிப்பிட்ட சில இடங்கள் பற்றி உலாவும் இழிவான மதிப்பீடுகளுக்குப் பின்னே இந்த ஒவ்வாமைதான் இயங்குகிறது. வேறு வழியின்றி அருகருகாக வசிக்க நேரிட்டால் சிவசுப்பிரமணியம் போல சிறைமதிலை விடவும் உயரமான தடுப்புச்சுவர் எழுப்பி தங்களது சாதித்தூய்மையைப் பீற்றுவார்கள். தலித்துகளின் மூச்சுக்காற்றுப் பட்டாலோ முகத்தில் விழித்தாலோ தீட்டாகிவிடுவோம் என்கிற அச்சத்தில் இவ்வாறான சுவர்களை எழுப்புவோரும் உண்டு. அவ்வளவு பலவீனர்கள் தம்மை உயர் / புனித / வீர / ஆண்ட பரம்பரை என்றும் வெட்கமின்றிச் சொல்லிக் கொள்வார்கள்.

இச்சுவர் எழுப்பும் பணி தொடங்கப்பட்டதிலிருந்தே அதன் கெடுநோக்கத்தையும் ஆபத்தையும் சரியாகக் கணித்து அங்குள்ள அருந்ததியர்கள் எதிர்ப்புத் தெரிவித்து வந்துள்ளனர். இவர்கள் சொல்லி நாம் கேட்பதா என்கிற அதிகார

மமதையும் சாதிச்செருக்கும்தான் அந்தச் சுவரை இவ்வளவு காலமும் தாங்கி நின்றிருந்து 17 பேரைக் கொன்ற பிறகு வெளியுலகுக்குத் தெரியவந்துள்ளது. உத்தபுரம் தீண்டாமைச் சுவருக்கு எதிரானப் போராட்டம் தொடங்கப்பட்ட பிறகு பல்வேறு ஊர்களிலும் பற்பல அளவுகளில் மறிக்கும் இத்தகைய சுவர்களை அரசு இடித்திருக்குமானால் இன்று 17 பேரின் உயிர் காப்பாற்றப்பட்டிருக்கும். ஆனால், இந்தச் சுவர்க் கொலைக்கு எதிராகப் போராடியவர்கள் மீது போலீஸை ஏவிக் கொடூரமாகத் தாக்கியதுடன் அவர்களில் அருந்ததியர்களை (ஓரிருவர் தவிர) மட்டும் தனித்தொதுக்கிப் பொய் வழக்கின் பேரில் சிறையில் அடைத்திருப்பதன் மூலம், இனியும்கூட அப்படியான தீண்டாமைச் சுவர்களைக் கட்ட விரும்புவோருக்குத் தனது ஆதரவை சூசுகமாக வழங்கியுள்ளது அரசு.

…சவங்களின் எண்ணிக்கை
அதிகரித்துக்கொண்டே போகிறது அய்யா
புரட்சியானாலும் போரானாலும்
தீ வைப்பானாலும் நிலச்சரிவானாலும்
சாவதென்னவோ நாங்கள், ஏழைகள்தான்
மரணம் என்றால் மரணம் தானே அய்யா
இறகுபோல் எடை குறைந்திருந்தாலும்
மலை போல் கனம் குவிந்திருந்தாலும்
இந்தப் பூமிகூடச் சூரியனும் சந்திரனும் மாறிமாறிக்
காவல்புரியும்
ஒரு பிண அறைதான் அய்யா…

– (சச்சிதானந்தன், ‘ஆலிலையும் நெற்கதிரும்’)

மேட்டுப்பாளையத்தில் காவல்துறை நடத்திய இந்தத் தாக்குதலுக்கு எவ்வித முகாந்திரமும் இல்லை. கொடிய குற்றவாளிகளைக்கூட எவ்வாறு நடத்த வேண்டும் என்கிற நெறிமுறைகள் இருக்கும்போது, பாதிக்கப்பட்டவர்களுடன் சேர்ந்து போராடுகிற மதிப்பிற்குரிய ஆளுமைகளை மனிதத் தன்மையற்ற வகையில் தாக்கியுள்ளனர். அவர்களது தாக்குதல் முறையில் சட்டம் ஒழுங்கைக் காப்பாற்றும் கடமையுணர்ச்சியின் உந்துதலைக் காண முடியவில்லை. மாறாக, இந்தப் பிரச்னையின் எதிர்தரப்பாரைப் போன்ற வன்மத்துடனும் தலித் விரோத மனப்பான்மையுடனும் உடல் மற்றும் மொழிரீதியான வன்கொடுமைகளை இழைத்துள்ளனர். கௌரவமான விதத்தில் அஞ்சலி செலுத்த கூட அவகாசம் தராமல் 17 பிணங்களையும் அவர்கள் எரித்து முடிப்பதில் காட்டிய அவசரத்திற்கு நன்னோக்கம் ஏதுமில்லை. தம்மில் நீத்தாரைப் புதைக்கின்ற அருந்ததியர்களின்

வழக்கத்திற்கு விரோதமாக இவ்வாறு எரித்ததன் மூலம் அவர்களின் பண்பாட்டுரிமையையும் மத நம்பிக்கைகளையும் காவல்துறையினர் அவமதித்துள்ளதுடன், திட்டமிட்டுச் சாட்சியங்களை அழிக்கும் குற்றச்செயலிலும் ஈடுபட்டுள்ளனர். தாமிரபரணியிலும், பரமக்குடியிலும் தாக்குதல் நடத்தப்பட்ட காலத்தைப் போலல்லாமல் இப்போது தகவல் தொடர்பு வளர்ச்சியின் காரணமாக, தாக்குதல் நடக்கும்போதே அது நேரலையாக ஒளிபரப்பாகிறது என்று தெரிந்தேதான் இவ்வாறு தாக்கியுள்ளனர். ஆட்சியாளர்களோ நீதித்துறையோ ஊடகங்களோ தம்மை ஒன்றும் செய்துவிட முடியாது என்கிற ஆணவத்துடன் தாக்கிய இவர்கள் அடையாளம் காணப்பட்டு வன்கொடுமைத் தடுப்புச்சட்டம் உள்ளிட்ட பொருத்தமான பிரிவுகளின் கீழ் கைதுசெய்யப்பட வேண்டும்.

உலகின் அறிவுச்சமூகத்தினரால் போற்றப்படும் அண்ணல் அம்பேத்கரின் சிலை ஒன்றைக்கூட இதுவரையிலும் வைக்க விடாத நகரம் கோவை (ஈரோடும்) என்பதைக் கணக்கில் கொண்டால் அந்தப் பகுதியும் அரசு நிர்வாகமும் எந்தளவுக்குத் தலித் விரோத நோய்க்கூறில் வீழ்ந்திருக்கிறது என்பதை அறிய முடியும். தீண்டாமைக் கொலைச் சுவரைக் கட்டி 17 உயிர்களைப் பறித்த சிவசுப்பிரமணியம் மீது வன்கொடுமைத் தடுப்புச் சட்டத்தின் கீழ் அல்லாமல் சாதாரணப் பிரிவுகளின் கீழ் வழக்குப் பதிவு செய்திருப்பதை இதன் தொடர்ச்சியில் வைத்தே பார்க்கவேண்டியுள்ளது.

பல நேரங்களில் தானாக முன்வந்து விசாரிக்கும் நீதித்துறை, இந்தப் படுகொலை மற்றும் பாதிக்கப்பட்டவர்கள் மீதான தாக்குதலை, தான் தலையிடுமளவுக்குச் சாரமுள்ள விசயமாகக் கருதவில்லை போலும். தொட்டதற்கெல்லாம் நீதிமன்ற புறக்கணிப்புச் செய்யும் வழக்குரைஞர்கள், தங்களது சக வழக்குரைஞர்கள் மிகக் கொடூரமாகத் தாக்கப்பட்டுப் பொய் வழக்கின் பேரில் சிறைப்படுத்தப்பட்டிருப்பது பற்றி என்ன கருதுகிறார்கள் என்பதையும் அறியமுடியவில்லை. தமது உற்றார் உறவினரான 17 உயிர்களையும் உடைமைகளையும் இழந்து பாதிப்புக்குள்ளாகி இருக்கும் எளிய மக்களையே குற்றவாளிகளாக்கித் தண்டிக்கும் அரசின் போக்கிற்குத் தமிழ்ச் சமூகம் எவ்வாறு எதிர்வினையாற்றப் போகிறது என்றும் தெரியவில்லை. தம் சொந்தங்கள் இப்படி அநியாயமாய் மாண்டுகிடக்கையில், பட்டியல் சாதி இடஒதுக்கீட்டில் சட்டமன்ற, நாடாளுமன்ற உறுப்பினரானவர்கள் பிணம்போல் விறைத்துக்கிடப்பதை விமர்சிப்பதும் வீண்தானோ? ஒவ்வொரு நாளும் நிகழும்

111 சாதிக்குற்றங்களைக் கண்டும் கேட்டும் மரத்துப்போன மனம், இதற்கு மேலும் எழுதி யார் மனதை உலுக்கி நியாயம் பெறப்போகிறோம் என்று இவ்விடத்திலேயே எழுதுவதை நிறுத்திக்கொள்கிறது.

ஓ, பிரகாசமான சூரியனே,
தொழிலாளர்களின் குடிசைகளின் மீது
தொடர்ந்து பளிச்சிட்டுக் கொண்டேயிரு
வறட்சியால் தீய்ந்துபோய்த் தவித்து மாய்கிறவர்கள்
அவர்கள்தாம்
வெள்ளப்பெருக்குகளில் மூழ்கி மடிந்துபோகிறவர்கள்
அவர்கள்தாம்
எல்லாத்துயரங்களுக்கும் உறைவிடமாயிருப்பவர்களும்
அவர்களே

(பஞ்சாபின் புரட்சிகர தலித் கவி சாந்த்ராம் உதாசி)

(இக்கட்டுரையின் சுருக்கம் கவிதா முரளிதரன் மொழிபெயர்ப்பில் *'Why our acceptance of words like 'Paraiah' is problematic'* என்ற தலைப்பில் நியூஸ்மினிட் இணைய இதழில் 7.12.2019 அன்று வெளியாகியுள்ளது.)

விளக்கம் தர அமைச்சர், வில்லங்கம் செய்வது யார்?

நம்பிக்கையுடனும் பயமின்றியும் பொதுத்தேர்வுகளையும் போட்டித் தேர்வுகளையும் எழுதுவதற்கான ஊக்கத்தை மாணவர்கள், பெற்றோர், ஆசிரியர்கள் ஆகியோருக்கு வழங்குவதாகக் கூறிக்கொண்டு அவர்களுடன் இந்திய பிரதமர் நேரடியாக உரையாடும் நிகழ்வு ஒன்று 2018ஆம் ஆண்டு முதல் நடந்து வருகிறது. 'பரிக் ஷா பி சார்ச்சா' என்கிற பெயரில் மத்திய மனிதவள மேம்பாட்டுத்துறையால் நடத்தப்படும் இந்நிகழ்வில் 9 முதல் 12 ஆம் வகுப்பு பள்ளி மாணவர்கள், கல்லூரி மாணவர்கள், அவர்களது பெற்றோர், ஆசிரியர்கள் ஆகியோர் பங்கெடுக்கத் தகுதிபெற்றவர்கள். இவர்களிலிருந்து பங்கேற்பாளர்களைத் தெரிவுசெய்ய மத்திய மனிதவள மேம்பாட்டுத்துறை போட்டி யொன்றை நடத்துகிறது. இதற்குரிய இணையதளத்தில் பதிவு செய்துகொள்கிறவர்கள் மட்டுமே இப்போட்டியில் பங்கெடுக்க முடியும்.

தரப்படும் படம் ஒன்றிற்கு 150 எழுத்துகளுக்குள் பொருத்தமான வாசகம் / தலைப்பை உருவாக்குவது, மோடியின் நூலான 'எக்ஸாம் வாரியர்ஸ்' உள்ளிட்டவற்றிலிருந்து கேட்கப்படும் கேள்விகளுக்கு விடையளிப்பது, 'நான் எவ்வாறு உந்துதல் பெற்றுத் தேர்வுகளை எதிர்கொண்டேன்' என்று 60 நொடிகளில் காணொலியாகவோ அல்லது 500 சொற்களுக்கு மிகாமல் எழுதியோ அனுப்புவது - என்கிற அடிப்படையில், இப்போட்டி கடந்த இரண்டாண்டுகளாக நடந்திருக்கிறது. 2019இல் உள்நாட்டிலும் அயலிலுமாக இருந்த சுமார் 13.5 கோடி மாணவர்களில் 1,02,173 பேர் மட்டும் இப்போட்டியில் பங்கெடுத்துள்ளதைக் கவனித்தால் மாணவர்களிடையே இந்நிகழ்வுக்கு அப்படியொன்றும் வரவேற்பில்லை என்பதை அறிய முடியும். ஒப்பீட்டளவில் சிறுவீதமான இம்மாணவர் - பெற்றோர் - ஆசிரியர் ஆகியோரிலிருந்து தெரிவு செய்யப்பட்ட 2000 பேர் அரசின் செலவில் டெல்லி சென்று பங்கேற்றுத் திரும்பியுள்ளனர். இந்த நிகழ்வை அரசு சார்புடைய தொலைக்காட்சிகள் நேரலையாக ஒளிபரப்பு செய்திருந்தபோதிலும் பெரிதாக யாரும் பொருட்படுத்தவில்லை. இருந்தபோதிலும் இந்நிகழ்வு மூன்றாம்

முறையாக Pariksha Pe Charcha 2020 என்ற பெயரில் வரும் 2020 ஜனவரி 16 ஆம் தேதி டெல்லியில் நடக்கவிருக்கிறது.

“நன்றியுணர்வு மகத்தானது, உன் விருப்பார்வங்களைப் பொறுத்ததே உன் எதிர்காலம், தேர்வுகளின் தரத்தைச் சோதித்தல், கடமைகளும் உரிமைகளும், (பாடநூலுக்கு) வெளியேயுமுள்ள நல்லம்சங்களைக் கைக்கொள்ளுதல்'' என்பதாகப் பொருள்கொள்ளத்தக்க ஐந்து விசயங்களை மையப்படுத்தி பரிக்ஷா பி சார்ச்சா 2020 நடக்கவுள்ளது. https://innovate.mygov.in/ppc-2020/ என்ற இணையத்தின் வழியே முன்பதிவு செய்து, போட்டியிட்டுத் தேர்வாகி வருபவர்களுடன் இவ்வாண்டும் பிரதமர் உரையாடப் போகிறார்.

இத்தனை காலமாக யாருடைய அறிவுரையும் இல்லாமல்தான் மாணவர்கள் தேர்வுகள் பலவற்றையும் எழுதிவந்திருக்கிறார்கள் என்பது ஒருபுறமிருக்க, ஒரு கல்வியாளராகவோ, தேர்வுகள் பலவற்றைத் தைரியமாக எழுதி அதில் வெற்றிகண்டவராகவோ, குழந்தைகளின் உளவியலை அறிந்தவராகவோ ஒருபோதும் வெளிப்பட்டிராதவரான பிரதமர் இத்தகைய அறிவுரைக்கும் உரையாடலுக்கும் எந்தளவுக்குப் பொருத்தமானவர் என்கிற கேள்வி எழுகிறது. ஒரு பிரதமர் எல்லாத் தகுதிகளையும் திறமைகளையும் பெற்றிருக்க வேண்டும் என்பது அவசியமில்லை. ஜனநாயகவழிப்பட்ட ஒரு நாட்டை ஆள்வதற்குக் கல்வித்தகுதி முன்னிபந்தனையுமல்ல. ஆனால், அவற்றையெல்லாம் பெற்றிருப்பது போன்று தோற்றம் காட்டுவது பிழையானது. அதிலும், அவரும் அவரது அமைச்சரவை சகாக்களில் சிலரும் எங்கு எப்போது என்ன படித்தனர் என்பது பற்றி முரண்பட்ட தகவல்கள் தொடர்ந்து வெளியாகி ஏளனத்திற்கு ஆளாகிவரும் நிலையில் அவரிடமிருந்து மாணவச்சமூகம் கற்றுக்கொள்வதற்கு என்ன இருக்கிறது? தங்களோடு உரையாடுகிறவர் பற்றி அவர்கள் என்னவிதமான சித்திரத்தை தமக்குள் உருவாக்கிக்கொண்டு அவர் சொல்வதைக் கேட்பார்கள்? ஆனால், இப்படியான கேள்வி எதையும் எழுப்பிக்கொள்ள வாய்ப்பற்ற நிலையிலுள்ள கல்வித்துறை அதிகாரிகளைப் பயன்படுத்தி இந்நிகழ்வை அதிமுக்கியமானதாக ஜோடித்துக்காட்டும் வேலை நடக்கிறது.

மத்திய அரசு வெள்ளைத்தாளை அனுப்பிவைத்தால்கூட அதை நகலெடுத்து எல்லாத்துறைகளும் உற்றுக் கவனிக்கும்படி உத்தரவிடும் விசுவாசத்தில் மூழ்கியுள்ள தமிழக ஆட்சியாளர்கள், டிசம்பர் 11, 16 தேதிகளில் மத்திய அரசு அனுப்பிய கடிதத்தினை ஏற்று இந்தப் பரிக்ஷா பி சார்ச்சாவை இங்கு அமல்படுத்த களமிறங்கியுள்ளனர். இதன்பொருட்டுப் பள்ளிக்கல்வி இயக்குநரின்

கையொப்பத்துடன் 27.12.19 அன்று வெளியாகியுள்ள ந.க.எண். 73708/எம்/இ1/2109 என்கிற சுற்றறிக்கை, கல்வித்துறையின் அனைத்து மாவட்ட அலுவலர்களுக்கும் 13.12.19, 20.12.19, 24.12.19, 26.12.19 ஆகிய நாட்களில் ஏற்கெனவே அடுத்தடுத்து சுற்றறிக்கைகள் அனுப்பப்பட்டுள்ளதைத் தெரிவிக்கிறது. 2020 ஜனவரி 16ஆம் தேதி டெல்லியில் நடக்கும் இந்த நிகழ்வின் நேரலை ஒளிபரப்பை மாணவர்களை வரவழைத்துக் காண்பிக்க வேண்டும் என்றும் அதற்கான முன்தயாரிப்புச் செலவுகளுக்கான தொகையை சமாக்ரன் சிக்ஷா நிதியிலிருந்து எடுத்துக்கொள்ளுமாறும் இந்தச் சுற்றறிக்கை தெளிவாகக் குறிப்பிடுகிறது.

ஜனவரி 16 அன்று மாணவர்களையும் ஆசிரியர்களையும் பள்ளிக்கு வருமாறு பணித்த இச்சுற்றறிக்கை தமிழர்களது தொன்மையான விழாவாகிய பொங்கல் விழாவைச் சீர்குலைக்கும் நோக்கமுடையது. பொங்கல் விடுமுறையில் சொந்த ஊருக்குச் செல்ல திட்டமிட்டுப் பயண ஏற்பாடுகளைச் செய்துமுடித்த வெளியூர்வாசிகள் இடையில் ஒருநாள் எப்படிப் பள்ளிக்குத் திரும்புவார்கள் என்கிற நடைமுறை அறிவு துளியுமற்று வெளியான இச்சுற்றறிக்கைக்குப் பலத்த கண்டனம் கிளம்பியதும் ‘பள்ளிக்கு வரவேண்டிய கட்டாயமில்லை, விருப்பமுள்ளவர்கள் பள்ளிக்கு வரலாம்’ எனப் பள்ளிக்கல்வித்துறை அமைச்சர் விளக்கமளித்துள்ளார்.

தமிழக பள்ளிக்கல்வித்துறை சார்பில் சர்ச்சைக்குரிய சுற்றறிக்கைகளும் ஆணைகளும் வெளியாவதும் எதிர்ப்புக் கிளம்பியதும் அமைச்சர் விளக்கமளித்து அவற்றைத் திரும்பப் பெறுவதும் இங்கு தொடர் நிகழ்வாகிவருகிறது. விளக்கமளிப்பதும் திரும்பப் பெறுவதும் அமைச்சர் என்றால், அந்தச் சுற்றறிக்கைகளும் ஆணைகளும் யாருடைய தூண்டுதலின் பேரில் யார் வெளியிடுகிறார்கள்? இவ்விதமாக அமைச்சரை தொடர்ந்து சங்கடத்திற்குள்ளாக்குவோர் மீது எடுக்கப்பட்ட நடவடிக்கை என்ன? அல்லது அமைச்சரே மத்திய அரசுக்குத் தன் விசுவாசத்தைக் காட்ட முயற்சித்து மக்கள் எதிர்ப்பால் பின்வாங்குகிறாரா என்பதான கேள்விகள் எழுகின்றன.

‘ஜனவரி 16 பிரதமருக்கும் பிற மாநிலத்தவருக்கும் எவ்வித தனித்துவமும் இல்லாததொரு நாளாக இருக்கலாம். ஆனால், தமிழர்களாகிய எமக்கு அது கொண்டாட்டத்திற்குரிய தொன்மையான பண்பாட்டுத் திருநாள். அன்றைய நாளின் சிறப்பையும் கொண்டாட்ட மனநிலையையும் குலைக்கும் எந்த நடவடிக்கையிலும் ஈடுபடமாட்டோம்’ என்று சொல்லும் அரசியல் திராணி இங்குள்ள ஆட்சியாளர்களுக்கு

இருந்திருக்குமானால் இந்தக் குழப்படி நடந்திருக்காது. மொழி, இனம், பண்பாட்டுத்தனித்துவம் சார்ந்து மாறுபடும் மக்கள் சமூகங்களைக் கொண்ட இந்தியாவில் கல்விப்புலச் செயல்பாடுகள் அனைத்தும் இத்தகைய மாறுபடும் தன்மையை - பன்மைத்துவத்தை உள்வாங்கிக்கொள்வதாக அமைவது அவசியம். அதன்றி ஒற்றைமயக் கண்ணோட்டத்திலான எந்த உத்தரவும் இங்கு மக்களின் எதிர்ப்புக்குள்ளாகி திரும்பப் பெறப்பட்டே தீரும்.

தீக்கதிர் நாளிதழ், 29.12.2019

பி.எஸ்.என்.எல்:
துரோகத்தால் பலிகொடுக்கப்பட்ட துயர வரலாறு

ஒரு மரம் வீழ்வதை மட்டுமே காண்கிறோம். அதன் வேர்களில் விஷம் வைத்தவர்களை நாமறியோம். பிஎஸ்என்எல் ஊழியர்கள் 78569 பேர் 2020 ஜன 31 அன்று ஒருசேர விருப்ப ஓய்வில் வெளித்தள்ளப்பட்ட விசயம்கூட இவ்வாறாகவே அணுகப்படுகிறது. தாராளமயம் தனியார் மயம் உலக மயம் என்பவற்றால் 1990களில் பாய்ச்சப்பட்ட விஷம் உள்ளிருந்து அரித்து இப்போது அதை வீழ்த்தத் தொடங்கியிருக்கிறது. ஆம், இவ்வளவு பெருந் தொகையான ஊழியர்களின் வெளியேற்றமானது அந்த வீழ்ச்சியின் தொடக்கக்காட்சிதான். முழுமையான வீழ்ச்சியின் அழிவுகளைக் காட்டும் துயரக்காட்சிகளைக் காண்பதற்கு நாம் இன்னும் சிலகாலம் காத்திருக்க வேண்டும்.

பிஎஸ்என்எல் நிறுவனத்தின் இன்றைய நிலைக்கு அதன் ஊழியர்களைப் பொறுப்பாக்கி நகர்வது எளியவழி. ஆனால், அது உண்மையான காரணமல்ல. நாட்டின் பாதுகாப்புக் காரணங்களை முன்னிட்டும் இலாப நட்டக் கணக்கிற்குள் வைத்துப் பார்க்கக்கூடாத சேவையாகவும் அரசின் ஏகபோகத்தில் இருந்துவந்த தகவல் தொடர்புத்துறையில் தனியாரை அனுமதித்ததிலிருந்து இவ்வீழ்ச்சி தொடங்குகிறது. பன்னாட்டு நிதி நிறுவனங்களிடம் கடனுக்காகக் கையேந்திய நமது அரசுகள் அந்நிறுவனங்களின் கட்டளைக்குப் பணிந்து இதுபோன்ற சேவைத்துறைகளைத் தனியாருக்குத் திறந்துவிடும் நிலை உருவானது.

'சேமநல அரசு' என்கிற பாத்திரத்திலிருந்து விலகிக்கொண்டு தனியார் தொழில் நடத்துவதற்கு உகந்தவிதமான சட்டங்களை நிறைவேற்றிப் பராமரிக்கும் நிலைக்கு இந்திய அரசு அதிகாரப்பூர்வமாகப் பண்பு ரீதியில் மாறும் போக்கு 1980களின் நடுவே தொடங்கியது. சேவைத் துறையாக எதையும் நடத்த வேண்டியதில்லை. நஷ்டத்தில் இயங்குவதை மூடிவிடுவது, இலாபத்தில் இயங்குவதைத் தனியாருக்கு விற்றுவிடுவது என்கிற நிலை உருவானது. புதிய பொருளாதாரக் கொள்கைக்குப்

பின் தனியார் என்ற சொல் அந்நிய கார்ப்பரேட் நிறுவனங்களையே குறித்தது. ஆனால், அதற்கொரு உள்நாட்டு முகத்தைக் கொடுப்பதற்காக இளைய பங்காளியாகச் சேர்த்துக் கொள்ளப்பட்ட இந்திய நிறுவனங்களில் சில இன்று பெருநிறுவனமாக வளர்ந்துள்ளன.

பெரும் சொத்துகளையும் வாடிக்கையாளர்களையும் கொண்ட தொலைத் தொடர்புத் துறையை விற்பதற்கும் வாங்குவதற்கும் எளிதாகத் துண்டுத் துண்டாக்கும் முயற்சி பலவடிவங்களில் நடைபெற்றுவந்துள்ளது. வருமானம் ஈட்டித்தரக்கூடிய டெல்லியையும் மும்பையையும் பிரித்தெடுத்துத் தனித்தனி 'மகாநகர் நிகம் டெலிகாம் லிட்' உருவாக்கப்பட்டன. நாடு முழுவதுமுள்ள வருவாய் ஈட்டும் பகுதிகளைப் பிரித்து தனியாரிடம் ஒப்படைக்கும் திட்டத்தின் முன்னோட்டமாக 1995இல், தருமபுரி, சேலம், ஈரோடு, கோவை ஆகிய மாவட்டங்கள் யு.எஸ்.வெஸ்ட் - பி.பி.எல் நிறுவனத்திற்குக் கொடுக்கப்பட்டன. 'சேவ் டெலிகாம் சேவ் இந்தியா' என்கிற முழக்கத்துடன் தொழிற்சங்கங்கள் அன்று போராடித் தடுத்திருக்காவிட்டால் தொலைத்தொடர்புத்துறை என்பதே இப்போது இருந்திருக்காது.

ஆனாலும் விரிவாக்கம், துரிதம், நவீனமாக்கல் என்கிற அலங்காரங்களோடு துறையின் பலவேலைகள் தனியாரிடம் கொடுக்கப்பட்டன. இந்த வேலை ஒப்பந்தங்களைப் பெறுவதில் கையூட்டும் ஊழலும் சாய்மானங்களும் பெரும் பங்காற்றின. டெலிகாம் அமைச்சராயிருந்த சுக்ராம் பணத்தால் தைத்த மெத்தையில் படுத்துறங்கும் அளவுக்கானது இம்முறைகேடு.

பெருநகரச் சேவைக்கு எம்.டி.என்.எல், இணையச்சேவைக்கு வி.எஸ்.என்.எல், நாட்டின் எஞ்சிய பகுதிகளில் சேவைகளை வழங்கிட பி.எஸ்.என்.எல் என அடுத்தடுத்து வந்த துண்டாடல் இன்னும் ஓயவில்லை. புதிதாகத் தொடங்கப்பட்ட பேஜர், மொபைல் போன்ற சேவைகளில் அரசின் இந்த நிறுவனங்கள் ஒதுக்கிவைக்கப்பட்டுத் தனியார் நிறுவனங்கள் மட்டுமே அனுமதிக்கப்பட்டன. அரசு ஆதரவுடன் நிலைபெற்றுள்ள இந்நிறுவனங்கள் தனியாருடன் போட்டியிட்டால் அது சமமான ஆடுகளமாக இருக்காது என அரசின் நிறுவனங்களை அரசே ஓரங்கட்டியது. இந்தப் புறக்கணிப்புக்கு எதிராக நீதிமன்றம் சென்றுதான் அரசு நிறுவனங்களால் இந்தச் சேவைக்குள் வரமுடிந்தது. இந்தப் பாரபட்சம் இன்றளவும் 4ஜி ஒதுக்கீடு மறுப்பாக நீடிக்கிறது.

தனியார் ஏகபோகத்தில் இருந்த மொபைல் சேவைக்குள் பி.எஸ்.என்.எல். நுழைந்ததானது வாடிக்கையாளர்களுக்குப்

பேராதாயங்களைக் கொண்டுவந்தது. பி.எஸ்.என்.எல்.க்கு இணையாகவோ குறைவாகவோ கட்டணம் என்ற நிலைக்கு இறங்கவேண்டிய நிர்ப்பந்தம் தனியார் நிறுவனங்களுக்கு உருவானது. வாடிக்கையாளர்களைத் தக்கவைத்துக் கொள்ளவும் ஈர்க்கவும் வெறும் கட்டணக் குறைப்புப் போதாதென அவை தொழிற்நுட்பத்தைத் தொடர்ந்து மேம்படுத்திவருகின்றன. அப்படியான மேம்பட்ட தொழிற்நுட்பத்திற்குள் செல்வதற்குப் பி.எஸ்.என்.எல். நிறுவனத்தை அரசு அனுமதிக்கவில்லை. ஜியோ நிறுவனத்தின் விளம்பரத்தில் தோன்றிய பிரதமர், பி.எஸ்.என்.எல். மேம்பாட்டுக்காக எதுவும் பேச மறுக்கிறார். இம்மாதிரியான சில தனியார் நிறுவனங்களின் நலனுக்காக பி.எஸ்.என்.எல் சிறுகச் சிறுக பலிகொடுக்கப்படும் வஞ்சகத்தின் ஒரு கட்டம்தான் 78,569 ஊழியர்களின் வெளியேற்றம்.

பெரும் மனித உழைப்புத் தேவைப்பட்ட காலத்தில் பணியமர்த்தப்பட்ட ஊழியர்களில் கணிசமானோர் பின்னாளில் தொழிற்நுட்பங்களினால் தேவையற்றவர்களான போதும் பொருத்தமான வேறு பணிகளுக்காகப் பயன்படுத்தப்பட்டனர். இவர்களில் பலரும் பணி ஓய்வு பெற்றுவந்த நிலையில் இந்த விருப்பு ஓய்வுத்திட்டம் வராமல் இருந்திருந்தாலும் இன்னும் சிலஆண்டுகளில் ஊழியர் எண்ணிக்கை தானாகவே இதேயளவுக்குக் குறைந்திருக்கும்.

கடந்த சில ஆண்டுகளாகவே விரிவாக்கம், தொழிற்நுட்ப மேம்பாட்டுப் பணிகளுக்கான நிதியை ஒதுக்காத அரசு நாளடைவில் அன்றாட நடைமுறைச் செலவுகளுக்கான நிதியையும் நிறுத்திக்கொண்டது. அலுவலகங்களுக்கும் செல்போன் டவர்களுக்கும் மின்கட்டணம் செலுத்தக்கூட முடியாமல் நிறுவனம் திண்டாடியது. எரிபொருள், வாகனப் பராமரிப்பு, ஊழியர் குடியிருப்பு பராமரிப்பு என எல்லாம் நின்றுபோயின. காப்பீடு, கூட்டுறவுச் சங்கம், வங்கிக்கடன் ஆகியவற்றின் தவணைக்காக ஊழியர்களின் ஊதியத்தில் பிடித்தம் செய்த தொகைகளைக்கூட அந்த நிறுவனங்களுக்கு வழங்காமல் வேறுதேவைகளுக்கு முறைகேடாகப் பயன்படுத்திக்கொள்ள வேண்டிய நிலைக்கு ஆளானது நிறுவனம்.

நிதியின்மை உள்ளிட்ட குளறுபடிகளால் சேவையின் தரம் குறைந்துள்ளது. மக்களின் அதிருப்தி அதிகரித்து வருகிறது. காலாவதியாகிப் போன பழைய புதைவடக் கம்பிகளை, கருவிகளை வைத்துக்கொண்டு செலவின்றிப் பழுதுகளைச் சரிசெய்யச் சொல்வது, தரைவழித் தொலைபேசி மற்றும் பிராட்பேண்ட் இணைப்புகளுக்கு நடைமுறைச் சாத்தியமற்ற

இலக்குகளை நிர்ணயித்து நிர்ப்பந்திப்பது எனக் கடுமையாகி வந்த பணிச்சூழலின் அழுத்தம் இவ்வளவு பேர் விருப்பு ஓய்வு கொடுப்பதற்கான காரணங்களில் ஒன்று. பணப்பலன்கள் இரண்டாம்பட்சம்.

பத்திருபது ஆண்டுகளாகப் பணியாற்றிவரும் ஒப்பந்த ஊழியர்களுக்கு உரிய நாளில் ஊதியம் வழங்காதிருந்த பி.எஸ்.என்.எல், இப்போது 10 மாதங்களாக ஊதியம் வழங்காதிருக்கிறது. உழைத்தும் பலனின்றி வாடும் அவர்களது அவலத்தை மாற்றவியலாத அவமானத்தில் குமையும் நிரந்தர ஊழியர்கள் தமக்கும் இந்த நிலை ஏற்படலாம் என்றஞ்சியது உண்மையாகிப்போனது. இவர்களுக்கும் நாள் கணக்கில் தள்ளிப்போன ஊதியம் படிப்படியாக மாதக்கணக்கில் தள்ளிப் போனது. டிசம்பர் 2019, ஜனவரி 2020 ஊதியம் விருப்பு ஓய்வில் வெளியேறியவர்கள் உள்ளிட்ட யாருக்கும் இன்னும் வழங்கப்படவில்லை.

பி.எஸ்.என்.எல் மூழ்கிக்கொண்டிருக்கும் ஒரு கப்பல் என்கிற அச்சத்தை உருவாக்கிக்கொண்டே அதை 69,000 கோடி ரூபாயில் சீரமைக்கப் போவதாகச் சவடால் பேசியது. பி.எஸ்.என்.எல். சொத்துகளில் ஒரு பகுதியை விற்று 37,500 கோடி; உறுதிப் பத்திரங்கள் விற்று 15,000 கோடி; அரசின் பங்களிப்பாக 30,000 கோடி ரூபாய் என இதற்கான நிதியைத் திரட்டப்போவதாக திட்டம். இத்திட்டத்தின் ஓரம்சமே 17,160 கோடி ரூபாய் செலவிலான ‘விருப்ப ஓய்வு 2019’.

வெளியேறும்படியான உளவியல் நெருக்கடியை உருவாக்கி கட்டாய ஓய்வில் அனுப்புவதே விருப்ப ஓய்வின் உண்மையான பொருள். அதன் படி 50 வயதுக்கு மேற்பட்ட ஊழியர்களில் 78,569 பேர் விருப்ப ஓய்வு பெற்றுள்ளனர். இவர்களது பணியிடங்கள் திரும்ப நிரப்பப்பட மாட்டாது. எனவே புதிய வேலைவாய்ப்புகள் உருவாகாது. நிறுவனத்தில் எஞ்சியுள்ளவர்களில் 8,403 பேர் இவ்வாண்டின் இறுதிக்குள்ளாகப் பணிமூப்பினால் வெளியேறிவிடும் நிலையில் 66,814 பேர் எஞ்சுவர். வெளியேறிவர்களை விடவும் பணியில் நீடிப்பவர்களின் நிலை துன்பகரமானது. அவர்களது பணிச்சூழல் முற்றிலும் வேறுவிதமாக மாறப் போகிறது. அனுபவம் வாய்ந்த ஊழியர்களும் அதிகாரிகளும் வெளியேறிவிட்ட நிலையில் அவர்களது பணிகளையும் இவர்களே சேர்த்து செய்ய வேண்டியிருக்கும். இடமாறுதலும் பணிச்சுமையும் மன அழுத்தமும் கூடும்.

ஆளில்லாத இடங்கள் இனங்காணப்பட்டுத் தனியார் முகமைகளிடம் விடப்பட்டுள்ளன. ஆனால் இதெல்லாம்

ஓர் இடைக்கால ஏற்பாடே. சேவையின் தரத்தை உயர்த்தப் போவதாகக் கூறிக்கொண்டு பல இலட்சம் கோடி சொத்துள்ள இந்த மக்கள் நிறுவனத்தைக் கார்ப்பரேட்டுகளுக்குச் சல்லிசான விலைக்குக் கொடுப்பதே அரசின் இறுதி நோக்கம். டாடாவுக்கு வி.எஸ்.என்.எல். விற்கப்பட்டது போல, பல விமான நிலையங்களும் துறைமுகங்களும் அடானிக்கு விடப்பட்டதுபோல, ஏர் இந்தியாவும் ஓ.என்.ஜி.சி.யும் ஆயுள் காப்பீட்டுக் கழகமும் விற்கப்படவிருப்பது போல பி.எஸ்.என்.எல் நிறுவனமும் யாருக்கேனும் விற்கப்படும். அரசை நடத்துவதற்கான வருவாயை ஈட்டுகின்ற இந்த மக்கள் சொத்துகளை இப்படிக் கார்ப்பரேட்டுகளுக்கு விற்றுவிட்டு அரசை எப்படி நடத்துவீர்கள் ஆட்சியாளர்களே என்கிற கேள்வியை எழுப்பாதவரை இந்த ஊதாரிகள் விதைத் தவசத்தை விற்றுச் சூதாடுவார்கள்.

ஜூனியர் விகடன், 16.02.2020

பெறுநர்: மூடுண்ட சிறையின் கைதி, ஆனந்த் டெல்டும்ப்டே.
அனுப்புனர்: திறந்தவெளிச் சிறையின் கைதி, ஆதவன் தீட்சண்யா.

அன்பொளிரும் தோழருக்கு, வணக்கம். உங்களுக்குப் பிறந்தநாள் வாழ்த்துத் தெரிவிக்கும் இக்கடிதத்தைத் தாமதமாக எழுதுகிறேன். உங்களைத் தெரிந்துகொள்வதற்கு நானெடுத்துக் கொண்ட காலத்தை ஒப்பிடுகையில் இது குறைவானதே.

பனிமூட்டத்தில் மங்கிய சித்திரம் போல வேற்றார் அறியாத எங்கோ ஒரு தொலைதூர குக்கிராமத்திற்கு வெளியே பிறந்த நீங்கள், இன்று உலகறிந்த ஆளுமைகளில் ஒருவர். ஒளியை விஞ்சும் வேகத்தில் அறிவுழைப்பையும் உழைப்பறிவையும் வெளிப்படுத்தி இந்த உயரத்தை எட்டியிருக்கிறீர்கள். வாழ்வின் நோக்கம் கல்வி, வேலை, வருமானம், சொகுசு என்கிற குடுவைக்குள் அடைந்து செட்டிலாவதல்ல என்பதை மெய்ப்பித்துக் காட்டியபடியே எழுபதாவது பிறந்தநாளைத் தொட்டுவிட்டீர்கள். சற்றுநேரம் உங்களது கரங்களைப் பற்றிக் கொண்டு நிற்கவேண்டுமென மனம் தேடுகிறது தோழர்.

பாகுபாட்டையும் ஒடுக்குதலையும் எவ்வகையிலேனும் எதிர்கொண்டே வாழ்வின் ஒவ்வோர் அடியையும் நொடியையும் கடந்தாக வேண்டிய இந்தச் சூழலுக்குப் பணிவதா அல்லது அதை மாற்றியமைக்கத் துணிவதா? நீங்கள் இரண்டாவதைத் தேர்ந்து வெளிப்படுத்திய போர்க்குணமே சமத்துவத்தின் மீது நாட்டத்தை உண்டாக்கி, உங்களை அம்பேத்கரிடமும் மார்க்சிடமும் கொண்டு சேர்த்திருக்குமெனக் கருதுகிறேன். சமூக அரசியல் பொருளாதாரப் பண்பாட்டுத்தளங்களில் நிலவும் பாகுபாட்டுக்கு எதிரான போராட்டத்தின் முன்வரிசைக்கும் நீங்கள் இவ்விதமாகவே வந்து சேர்ந்திருப்பீர்கள்.

சாதி, வர்க்கம், மதம், அரசு, அதிகாரம், பொருளாதாரம், மனிதவுரிமை என்று நீங்கள் துறைதோறும் ஆழங்கால் பதித்துப் பெற்ற அனுபவங்களைப் பேச்சாக எழுத்தாகக் களத்தில்

விளைந்த மாற்றங்களாக அறிவுலகம் கண்டுணர்கிறது. ஓர் இடைச்சொல்லைப்போல லேசாகச் செருமியபடியே நீங்கள் ஆற்றிய உரைகளும், தமிழுக்குவந்த உங்களது நூல்களும் கட்டுரைகளும் எனது கருத்துலகத்தை வளப்படுத்திக்கொள்ள இன்றளவும் உதவுவதன் பொருட்டான நன்றி இன்னும் செலுத்தப்படாமல் நிலுவையிலேயே உள்ளது. எனது புத்தகங்களில் பலவும் அலமாரியில் இருக்கும்போது அம்பேத்கர் தொகுதிகளும் எஸ்.வி.ஆர் நூல்களும் உங்களது நூல்களும் கைக்கெட்டும் தூரத்தில் தலைமாட்டில் இருப்பது தற்செயலானதல்ல. எனக்கு எப்போதும் தேவைப்படுகிறவர்களில் ஒருவராக நீங்கள் இருக்கிறீர் தோழர்.

இப்போது நாட்டை ஆண்டுகொண்டிருப்பது முசோலினி, ஹிட்லர் காலத்துப் பாசிசத்தைவிடவும் கொடிய 'பாசிசம்' என்கிற உங்களது வரையறுப்பு மேலும்மேலும் மெய்யாகிக்கொண்டிருக்கிறது. ஜனநாயக அரிதாரங்களைக் களைந்துவிட்டுத் தானொரு ஒடுக்குமுறை கருவிதான் என்று அரசு முன்னிலும் அப்பட்டமாக வெளிப்படுகிறது. மனிதமனங்களின் கீழ்மையான எண்ணங்களுக்குச் செயல்வடிவம் கொடுக்கும் விதமாகவே அரசு தனது நிகழ்ச்சிநிரலை வடிவமைக்கிறது. வெறுப்பும் மோதலும் பதற்றமும் மோசடியும் அடித்துப் பிடுங்கும் அராஜகமுமாகச் சமூகத்தை மாற்றிவிட்டுச் சங்கிகளும் கார்ப்பரேட்டுகளும் ஒருவருக்கொருவர் ஒத்தாசையாக இருந்து தத்தமது செயல்திட்டங்களைப் போர்க்கால வேகத்தில் நிறைவேற்றிவருகின்றனர். "எனது இந்தியா வீழ்ந்துகொண்டிருக்கும் இவ்வேளையில்" என்று நீங்கள் எழுதியது இப்போது மேலும் விளங்குகிறது.

கண்ணாடியில் தனக்கு எதிராகத் தெரிவதால் தனது பிம்பத்தையே கூட தேசவிரோதி என முத்திரை குத்துமளவுக்கு மோடியின் சகிப்பின்மை தலைவிரித்தாடும் போது, அவரது ஒவ்வோர் அசைவையும் உன்னிப்பாகக் கவனித்து விமர்சிக்கும் உங்களை அவர் சகித்துக்கொள்ளாததில் வியப்பில்லை தோழர். இம்மென்றால் சிறைவாசம் என்பதெல்லாம் பழைய கதை, இப்போது இம்மென நினைத்தாலே கைது செய்யுமளவுக்குப் போலீஸும் புலனாய்வு அமைப்புகளும் மட்டுமீறிய அதிகாரத்துடன் ஏவப்பட்டுள்ளன என்பதை அன்றாடம் நடக்கும் கைதுகளும் சித்திரவதைகளும் உறுதி செய்கின்றன. அமர்ந்தபடியே விசாரணை செய்யவும் தீர்ப்பு வழங்கவும் நீதிபதிகளைச் சட்டம் அனுமதிக்கிறது என்றாலும் முதுகெலும்போடு உட்கார்ந்தால் சற்றே நேராகத் தெரிவார்கள் என்று பரவலாக எழும் விமர்சனம்

பொருட்படுத்தப்படுவதேயில்லை. 'நீதிபதிகள் அரசு ஊழியர்கள் அல்ல, அவர்கள் அரசியல் சாசனத்தின் ஊழியர்கள்; சுதந்திரமாகச் செயல்பட வேண்டும்' என வற்புறுத்துகிறவர்கள் மிரட்டப்படுவதை நீங்களே அறிவீர்கள். ஜனநாயகத்தின் பிற தூண்கள் வளையும்போது ஊடகங்கள் மட்டும் நேராகச் செஞ் செவிக்க நிற்குமென எதிர்பார்ப்பது அறிவீனம்தான்.

நிலைமை இவ்விதமே நீடிக்குமானால் நாம் நேரில் சந்திப்பதற்கான வாய்ப்புச் சமீபத்தில் கிட்டாதென்றே நினைக்கிறேன் தோழர். அடுத்துவரும் சில பிறந்தநாள்களில்கூட நீங்கள் சிறையிலேயேதான் இருக்க வேண்டிவருமோ என்று எண்ணுவது எனது அதீத பயத்தினால் அல்ல தோழர். உங்களுக்குச் சற்றும் தொடர்பற்ற ஒரு பொய்வழக்கில் உங்கள் பெயரைத் திட்டமிட்டே சேர்த்தது முதல் உங்களைக் கைது செய்து சிறையில் அடைத்தது வரையான சம்பவங்களைத் தொகுத்துப் பார்க்கும்போது அதில் வெளிப்படும் ஆட்சியாளர்களது வன்மமும் பழிவாங்கலும் அவ்வாறான யூகத்தின் பின்னே ஓடும்படி என்னை விரட்டுகின்றன.

சிறையிலே உங்களுக்குக் கைவிலங்கிட்டு அடைப்பதற்குப் போலீஸார் அனுமதி கோரியதை இதற்கானதோர் அளவீடாகக் கொள்கிறேன். உள்ளுக்குள்ளிருக்கும் காலத்தில் நீங்கள் ஏதாவது எழுதிவிடக் கூடாதென்கிற அச்சத்திலிருந்து அவர்கள் அவ்வாறு கேட்டதாக என்னால் சமாதானமடைய முடியவில்லை. அண்ணல் அம்பேத்கரது குடும்ப உறுப்பினர், அரசியல் விமர்சகர், மனித உரிமைச் செயற்பாட்டாளர், எழுத்தாளர், கல்வியாளர், நாட்டின் குறிப்பிடத்தக்கத் தொழிற்துறை மற்றும் நிர்வாக மேலாண்மைத் திறனுடையவர் என்று உங்களது ஆளுமையின் அத்தனை பரிமாணங்கள் மீதும் வரலாற்றுரீதியாகவும் அரசியல்ரீதியாகவும் பகைமை கொண்டுள்ளவர்களின் கூட்டுக்கோரிக்கையது.

இதே பொய்வழக்கில் உங்களுக்கும் முன்பாகக் கைது செய்யப்பட்ட 81 வயது தோழர் வரவரராவ், மூப்பும் பிணியும் வாட்டும் நிலையில் நினைவுபிறழ்ந்து கிடக்கும்போதும் அவரை மருத்துவமனைக்கு மாற்றி சிகிச்சையளிப்பதற்கு ஆட்சியாளர்கள் மறுத்தது கண்டு உலகமே குமுறியது. பலரது கண்டனத்திற்குப் பிறகு மருத்துவமனைக்கு மாற்றியபோதும் அவரைப் பிணையில் விட மறுக்கிறது அரசு. வயதையும் கொரானவையும் தனக்குச் சாதகமாக்கிக்கொண்டு பிணை பெறுவதற்கு அவர் முயற்சிக்கிறார் என்கிற வாதத்தில் வழியும் அரசின் குரோதம் பிணை பெறுவதற்கான உங்களது முயற்சிகளையும் தடுக்கும் என அஞ்சுகிறேன் தோழர்.

நரேந்திர தபோல்கர், கல்புர்கி, கோவிந்த் பன்சாரே, கௌரி லங்கேஷ் போன்ற மாற்றுக் கருத்தாளர்களைக் கொன்றொழிப்பது அவர்களது அழித்தொழிப்பின் ஒருவகை என்றால் உங்களைப் போன்ற தோழர்களை இந்தக் கொரானா காலத்தில் சிறையில் அடைத்து சாகவிடுவது மற்றொரு வகையாக இருக்கக்கூடுமோ என்றெழும் ஐயம் எனக்கு ஸீக்ரிப்ட் லென்ஸின் "நிரபராதிகளின் காலம்" நாடகத்தை நினைவூட்டுகிறது. உங்களுக்கு அந்த நாடகத்தின் கதை நினைவுக்கு வருகிறதா தோழர்?

ஆட்சியாளனின் அரசியல் எதிரி சிறையில் அடைக்கப் பட்டிருப்பான். அவனிடம் ஒரேயொரு தகவலை மட்டும் விசாரித்துச் சொல்லிவிட்டால் அந்த நிமிடமே உங்களுக்கு விடுதலை என்று சிலரை வம்படியாகப் பிடித்துவந்து அவனோடு சேர்த்து அடைத்து வைப்பார்கள். இவர்கள் அவனிடம் போலீஸுக்குப் பதிலாக விசாரணை செய்வார்கள். அவன் பதிலளிக்க மறுப்பான். தங்களை விடுவித்துக்கொள்ளும் பதைப்பில் பொறுமையிழக்கும் அவர்கள் ஒருகட்டத்தில் ஒவ்வொருவருமே அவனிடம் கடுமை காட்டுவார்கள். ஒரு அதிகாலையில் அவன் பிணமாகக் கிடப்பான். அவர்கள் விடுவிக்கப்பட்டு விடுவார்கள். தனது அரசியல் கைதியைக் கொல்ல வேண்டும் என்கிற விருப்பத்தை இப்படிப் பிறத்தியாரை பிடித்தேவி நிறைவேற்றிக்கொண்ட அந்த ஆட்சியாளனைப்போல இங்குள்ளவர்கள் கொரானாவைப் பயன்படுத்திக்கொள்ளும் துராசையில் அலைகிறார்களோ எனப்படுகிறது. இவ்வாறு நினைப்பது எனக்கே பெரும் வாதையாக இருக்கிறதென்றால் உங்களது இணையரும் மகள்களும் எத்தகைய உளைச்சலுக்கு ஆளாவார்கள் என்பதை உணர்கிறேன் தோழர்.

கைதாகும் முன் நீங்கள் நாட்டு மக்களுக்கு எழுதிய கடிதத்தில் "உங்கள்முறை வரும் முன் பேசுங்கள்" என்றீர்கள். உலகெங்கும் உங்கள் விடுதலை பற்றி நாங்கள் பேசிக்கொண்டேதான் இருக்கிறோம். ஆனால், அது வெறும்பேச்சாகத் தேய்ந்துவிடக் கூடாது, பலனளிக்கும் பேச்சாக வலுப்பெற வேண்டும் என்கிற எனது விருப்பத்தைச் சிறைக்குள்ளிருந்தாலும் உங்கள் மனமறியும் என்று நம்புகிறேன் தோழர்.

செம்மலர், 2020 ஆகஸ்ட்

ரத்து அதிகாரமும் வெத்து அதிகாரமும்

சமூகவாழ்வின் எந்தவொரு நாளை எடுத்துக்கொண்டாலும் அந்தநாள் அண்ணல் அம்பேத்கருடன் தொடர்புடையதாக இருக்கிறது. அந்தளவுக்கு அவர் ஒவ்வொரு நாளின் மீதும் தன் முத்திரையைப் பதித்தவாறே செயலூக்கத்துடன் கடந்திருக்கிறார். அவரது அன்றாடப் பணிகளும் தொலைநோக்குப் பார்வையும் ஒன்றுக்கொன்று முரணாது இசைந்திருந்தன.

பிறப்பின் அடிப்படையில் அனைவரும் சமம் என்கிற இயற்கை நீதி மநுநீதியால் சீர்குலைக்கப்பட்ட நிலையில் அதை நேர்செய்திட சமூக நீதி என்கிற கருத்தாக்கத்தை வளர்த்தெடுப்பதிலும் பரவலாக்குவதிலும் அவர் ஆற்றிய பங்கு இப்போது அடிக்கடிப் பேசப்படுவதாயுள்ளது. சமூகநீதியின் முதிர்ந்தநிலையில் அது அனைவரும் சமம் என்கிற ஆதிநிலைக்கு - இயற்கைநீதியின் தற்கால நிலைமைக்கு - சமூகத்தை இட்டுச்செல்லும் என்று கருதினார்.

மனிதர்களுக்குள் சமத்துவம் என்கிற நிலை உருவாவதற்கும் நிலைப்பதற்கும் அவர் சுதந்திரத்தையும் சகோதரத்துவத்தையும் உள்ளிழையும் நிபந்தனைகளாக்கினார். இம்மூன்றில் எதுவொன்றும் தனித்தியங்க முடியாமல் இருப்பதனைத் தனக்கிருந்த உலகளாவிய கண்ணோட்டம் மற்றும் இந்திய நிலைமைகள் பற்றிய குறிப்பான ஆய்வறிவின் வெளிச்சத்தில் தர்க்கப்பூர்வமாக அவரால் விளக்க முடிந்தது. அதனாலேயே அவரது காலத்தில் மேலெழுந்து வந்திருந்த இயக்கங்கள் பலவும் அரசியல் சுதந்திரம் என்பதோடு மட்டுமே தம்மைச் சுருக்கிக்கொண்ட நிலையில் அதில் மனநிறைவடையாத அம்பேத்கர் சமூக, பொருளாதாரச் சுதந்திரங்கள் நோக்கி தமது விருப்பார்வத்தையும் செயல்பாட்டையும் விரித்துச் சென்றார். இந்தக் கருத்தாக்கத்தை மக்களிடம் சேர்க்கவே அவர் மூக்நாயக், பகிஷ்கரித் பாரத், சமதா, ஜனதா, பிரபுத்த பாரத் ஆகிய பத்திரிகைகளையும், பகஷ்கரித் ஹிதகரினி சபா, சுதந்திரத் தொழிலாளர் கட்சி, அகில இந்தியப் பட்டியல் சாதியினர் கூட்டமைப்பு ஆகிய அமைப்புகளையும் நடத்திப் பார்த்துள்ளார். தன் அந்திமத்தில் அவர் பவுத்தம் தழுவியதும் கூட இதனோடு இணைந்த நடவடிக்கையே.

1914 மற்றும் 1916ஆம் ஆண்டுகளில் நியூயார்க் வந்திருந்த லாலா லஜபதிராய் அவ்வேளையில் அங்கே கொலம்பியா பல்கலைக்கழகத்தில் படித்துக்கொண்டிருந்த அம்பேத்கரை, சுதந்திரப் போராட்டத்தில் பங்கெடுக்கச் செய்வதற்குப் பெரிதும் பிரயத்தனப்பட்டார். ஆனால் சமூக, பொருளாதார அடிமைத் தனங்களை அப்படியே பேணிக்கொண்டு அரசியல் விடுதலையை மட்டும் குறுக்கிக் கோரும் அபத்தத்திற்குத் தன்னால் துணைபோக முடியாது என்று நேருக்குநேர் மறுத்ததிலிருந்து அம்பேத்கரது நிலைப்பாட்டையும் அதில் அவருக்கிருந்த உறுதியையும் உணரமுடியும்.

அரசியல், சமூக, பொருளாதாரச் சுதந்திரங்களை அடைவதற்கான வழிகளில் அவரது தெரிவாக நாடாளுமன்ற ஜனநாயகம் ஏன் இருந்தது என்பதற்கான விளக்கம், ஜனநாயகம் என்பதற்கான அவரது விளக்கத்தில் பொதிந்துள்ளது. ஜனநாயகம் என்பதை வெறும் தேர்தலாகக் குறுக்கிப் புரிந்துகொள்வதற்கு மாறாக அம்பேத்கர் அதை மனித உறவுகளின் அடிப்படை – இணைந்துவாழும் ஒரு பாணி என விளக்கினார். ஜனநாயகம் எப்போதும் எங்கும் ஒரே குறிக்கோளுடன் இருப்பதில்லை என்று விளக்கும் அவர் "மக்களுக்கு நல்வாழ்வு கிட்டச்செய்வதே" தன் காலத்தில் ஜனநாயகத்தின் குறிக்கோளாக இருக்கிறது என்றார். ரத்தம் சிந்தாமல் மக்களின் பொருளாதார, சமூக வாழ்க்கையில் புரட்சிகர மாற்றங்களைக் கொண்டு வருவதே ஜனநாயகம் என்கிற அவர் தான் விரும்பும் புரட்சிகர மாற்றங்களைக் கொண்டுவருவதற்கு நாடாளுமன்ற ஜனநாயகத்தை ஒரு வழியாகக் கண்டார். ஆனால் அதை மட்டுமே இறுதிவழியாக அவர் முன்வைத்தார் என்று சொல்லமுடியாது. "தார்மீக ஆதாரங்கள் தீர்ந்துவிட்டால் நாங்கள் மற்ற முறைமைகளைக் கையாளுவோம்" என்றும் "மக்களின் சுதந்திரம் அதை அடைய கையாளப்படும் முறைகளின் புனிதத்தைவிட மிக உயர்ந்தது" என்றும் கூறியதை மனங்கொள்ள வேண்டும். (தொகுதி 36, பக்:325)

நாடாளுமன்ற ஜனநாயகத்திற்கு மிக அடிப்படையானது வாக்குரிமை. அதைக் கல்வி மற்றும் சொத்துரிமையுடன் இணைத்தபோது இந்நாட்டு மக்களில் பெரும்பாலோர் கல்வியும் சொத்துமில்லாமல் இருப்பதற்கு இங்குள்ள சாதியமே காரணம் என்று குற்றம்சாட்டிய அம்பேத்கர் அதற்குத் தீர்வாக வயது வந்தோர் அனைவருக்கும் வாக்குரிமை எனக் கோரினார். பெண்களும் மற்றவர்களும் வாக்குரிமை பெறுவதற்கு அவரது இந்தக் கோரிக்கையே பின்னாளில் வழியமைத்தது.

வாக்காளருக்கான தகுதியை நிர்ணயிப்பதில் உள்ள பாரபட்சத்தை எதிர்த்த அவர் அடுத்துவந்த நாள்களில் வேட்பாளருக்குக் குறைந்தபட்சக் கல்வித்தகுதியை நிர்ணயிக்கும் முயற்சிக்கும் கடும் எதிர்ப்பைத் தெரிவித்து அதில் வெற்றியும் பெற்றார். தரப்படுத்துதல் தகுதிப்படுத்துதல் என்பவை அனைவருக்குமான வாய்ப்புகளைப் பறிக்கும் செயலே என்பதை நிறுவிக்காட்டிய அவர் அறிவாளிகளின் திறமையான ஆட்சியை விடவும், அறம் சார்ந்த நல்லாட்சி அவசியம் என்றார். அதே நேரத்தில் நாடாளுமன்றம், சட்டமன்றம் ஆகியவற்றில் போட்டியிட விரும்புகிறவர்களை அம்மன்றங்களில் செயலூக்கத்துடன் பங்கேற்பவர்களாகப் பயிற்றுவிக்கும் அரசியல் பள்ளியொன்றை - இந்தியாவிற்கே முன்னுதாரணமாகத் தொடங்கி நடத்திப் பார்த்திருக்கிறார். (அந்தப் பள்ளி தொடர்ந்திருந்தால் வேட்பாளர் பட்டியல் இறுதி செய்யப்படுவதற்கும் வாக்குப்பதிவிற்கும் இடைப்பட்ட 14 நாட்களில் தொகுதிக்குட்பட்ட வாக்காளர்கள் அனைவரையும் ஒன்றுக்கு மேற்பட்ட தடவைகளில் சந்திக்க முடிகிற வேட்பாளர்கள் அடுத்து ஐந்தாண்டுகளில் ஒருமுறைகூட எட்டிப் பார்க்காமல் மீண்டும் வாக்கு கேட்டு வரும் நிலை உருவாகியிருக்காது. மக்களுக்குக் கடமைப்பட்டவர்கள் என்கிற பொறுப்புக் கூடியிருக்கும். தனிநபர் துதிகளில் காலத்தை வீணடிக்காமல் அவையின் நேரம் பயனுள்ள விவாதங்களுக்குப் பயன்பட்டிருக்கும். காசு வாங்கிக்கொண்டு அவையில் கேள்விகேட்கும் உறுப்பினர்களாக இழிந்திருக்க மாட்டார்கள்)

பட்டியல் சாதியினருக்கான தனித்தொகுதிகளை ஆளுங்கட்சிகளும் ஆதிக்கச்சாதியினரும் தமது அடியாட்களைக் கொண்டு கைப்பற்றிவிடும் மோசடி நடக்கிறது என்கிற அவரது குற்றச்சாட்டு யூகத்திலிருந்தோ உள்ளுணர்விலிருந்தோ எழுந்ததல்ல. அவரிடம் வலுவான தரவுகள் இருந்தன என்பதை 1951 அக்டோபர் 28 அன்று லூதியானாவில் ஆற்றிய உரையிலிருந்து நம்மால் உணர முடியும். ஆனால், அந்த மோசடியைத் தடுக்க அவர் மேற்கொண்ட முயற்சிகள் கைகூடவில்லை. இன்றளவுக்கும் தனித்தொகுதிகளின் நிலை இதுவே. அங்கே போட்டியிடுகிறவர்கள் அம்பேத்கரின் போராட்டத்தால் கிடைத்த வாய்ப்பாக கருதாமல் தனது கட்சித் தலைமையின் கருணையினால் கிடைத்த யாசகமாகப் பார்க்கின்றனர். அவர்கள் பட்டியலினத்தாரின் நலன்களைக் காப்பதற்குப் பதிலாகப் பிற சாதியினரின் தயவையும் நல்லெண்ணத்தையும் எதிர்நோக்கியே தமது செயல்பாடுகளை வடிவமைத்துக்கொள்கின்றனர்.

நாட்டின் முதலாவது சட்ட அமைச்சர் என்ற முறையில் 1951 ஆம் ஆண்டு இந்திய மக்கள் பிரதிநிதித்துவச் சட்டத்தை

அம்பேத்கர் முன்மொழிந்தபோது அச்சட்டமே ஒரு இலட்சிய நாடாளுமன்றத்தை அமைத்துக் கொடுத்துவிடும் என்று அவர் நம்பியிருக்கவில்லை. அறமார்ந்த ஒரு சமூகத்தை உருவாக்காத பட்சத்தில் அங்கு அரசியல் சாசனமோ சட்டங்களோ மட்டுமே எந்த மாற்றத்தையும் நிகழ்த்திவிட முடியாது என்கிற எச்சரிக்கையை அவர் தந்தபடியேதான் இருந்தார். அவர் முன்மொழிந்து நிறைவேற்றிக் கொடுத்த மக்கள் பிரதிநிதித்துவச் சட்டத்தின்படி 1952ஆம் ஆண்டு நடைபெற்ற தேர்தலில் வாக்காளர்கள் அவரையே தோற்கடித்தனர். சட்டத்தின் உயர்ந்த நோக்கங்களுக்கு இணையான விழுமியங்களுடன் சமூகம் தன்னைக் கட்டமைத்துக்கொள்ளவில்லை. அதன் முகத்தில் அதிநவீன அலங்காரமும் தலைக்குள் பழமையேறிய மூளையும் இருப்பதை அம்பேத்கரின் தோல்வியிலிருந்து மட்டுமல்ல சமகாலப் போக்குகளிலிருந்தும் அறிய முடியும்.

கருத்தார்ந்த நிலையில் போதிய பலனை வழங்கவில்லை என்றாலும், அம்பேத்கரின் பேருழைப்பால் இந்த நாடாளுமன்ற ஜனநாயகத்தில் பட்டியல் சாதியினருக்கும் பட்டியல் பழங்குடியினருக்கும் எண்ணிக்கைப் பிரதிநிதித்துவமாவது கிடைத்திருக்கிறது. ஆனால், சமூகத்தின் பல அடுக்கினருக்கு அந்த எண்ணிக்கைப் பிரதிநிதித்துவமும் கிடைக்காத அவலம் நீடிக்கிறது.

கடைசியாக நாடாளுமன்றத் தேர்தல் நடந்த 2019 ஆண்டில் இந்திய மக்கள் தொகையில் ஆண்கள் 717,100,970, பெண்கள் 662,903,415 பேர். ஆனால், அப்போது நாடாளுமன்றத்திற்குத் தேர்வான பெண்கள் 78 பேர் மட்டுமே. அதாவது மொத்த உறுப்பினர்களில் 14.39%பேர். (இவர்களில் கணிசமானோர் ஆணாதிக்கத்தை நியாயப்படுத்துகிற பா.ஜ.க.வினர்). 2016 ஆம் ஆண்டில் தமிழக சட்டமன்றத்தில் பெண் உறுப்பினர்கள் வெறும் 9% மட்டுமே. இதில் எஸ்.சி, எஸ்.டி பெண்களின் பிரதிநிதித்துவம் என்ன கதி என்பதைத் தனியே சொல்ல வேண்டியதில்லை. பொதுவெளியில் சுகாதாரத்துடன் கூடிய கழிப்பிடம் இல்லை யென்பது உட்பட பெண்கள் பொதுவாழ்வுக்கு வருவதில் உள்ள தடைகளை நாம் எப்போதாவது பரிசீலித்திருக்கிறோமா? தடைகளை மீறி அரசியல் பணியாற்ற வருகிற பெண்கள் சுதந்திரமாகப் பணியாற்றுவதற்கான வாய்ப்பு எந்தளவிற்கு உள்ளது? இவ்வளவு குறைவான பெண் பிரதிநிதிகளைக் கொண்டுள்ள அவை பாலினம் சார்ந்த பிரச்சினைகளில் எத்தகைய அணுகுமுறையை மேற்கொள்ளும்? அது எப்படிப் பாலினச் சமத்துவத்திற்கான நியாயத்தைப் பேசுவதற்கான தார்மீக பலத்தைப் பெறும்?

பெண்களைப் போலவே மதச்சிறுபான்மையினரும் மக்கள் தொகையில் அவர்களது விகிதாச்சாரத்திற்கேற்ற பிரதிநிதித்துவம் பெறாதவர்களாக உள்ளனர். உதாரணத்திற்கு மக்கள்தொகையில் 14.22% முஸ்லிம்கள். ஆனால், நாடாளுமன்றத்தில் அவர்களின் அளவு 3.5% மட்டுமே. இன்னும் மொழிச்சிறுபான்மையர், பாலினச் சிறுபான்மையரின் பிரதிநிதித்துவம் பற்றிய பேச்செல்லாம் இங்கு தொடங்கப்படவே இல்லை. தாங்கள் பெரும்பான்மையினரால் ஒடுக்கப்படுவோம், புறக்கணிக்கப்படுவோம் என்கிற அச்சமின்றி சிறுபான்மையினர் வாழ்வதை உறுதிசெய்வது ஜனநாயகத்தின் உள்ளுறையாக இருக்க வேண்டும் என்று அம்பேத்கர் வலியுறுத்தியதை இங்கு யாருக்கு நினைவூட்டுவது?

2009ஆம் ஆண்டில் இந்திய நாடாளுமன்ற உறுப்பினர்களில் 58% பேர் கோடீஸ்வரர்களாக இருந்த நிலையில் நடப்பு அவையின் 82% பேர் கோடீஸ்வரர்களாகத் தேர்வுபெற்றுள்ளனர். இதேநிலை நாட்டின் பல்வேறு சட்டமன்றங்களிலும் பரவிவருகிறது. மக்கள் தொண்டாற்றுவோர் அந்த நன்மதிப்பினூடே சட்டமியற்றும் அதிகார மையங்களுக்குத் தேர்வாகும் நிலைமைக்கு மாறாக, பணபலம் கொண்டோர் அதிகார மையங்களைக் கைப்பற்றும் நிலை அஞ்சத்தக்க வேகத்தில் உருவாகிவருகிறதெனில் இந்த அவை யாருடைய நலன் சார்ந்து செயல்படும், இவர்கள் தமது வர்க்க நலனைக் காப்பாற்றிக்கொள்ளும் அகநிலைப் பதைப்பிலிருந்து எடுக்கும் முடிவுகள் எந்தளவிற்கு நடுநிலையோடு இருக்கும், இந்த அவைக்கும் சாமானிய மக்களுக்கும் இடையே என்ன உறவு நிலவமுடியும் என்றெல்லாம் பரிசீலிக்க வேண்டியுள்ளது.

இந்தியாவில் ஜனநாயகத்திற்கான வாய்ப்புவளங்கள் என்கிற தலைப்பிலான உரைக்குறிப்பில், பொதுவாழ்வை மேற்கொள்ள பாலினமோ, சாதியோ, மதமோ பொருளாதார நிலையோ ஒரு தடையாகிவிடக்கூடாது என்று அம்பேத்கர் விடுத்த எச்சரிக்கை இன்னும் உயிர்ப்புடன் உள்ளது. கட்சிகள் தலித்துகளைப் பொதுத் தொகுதிகளில் நிற்கவைப்பதே அரிதானதாக இருப்பதால் அவர்கள் அங்கு வெற்றி பெறுவது அதனிலும் அதிசயமாகவே உள்ளது. வலுவான சாதிய, குடும்பப் பின்புலமில்லாத ஒரு பெண் ஆணை எதிர்த்துப் போட்டியிடுவதும் வெற்றி பெறுவதும் கூட இதேரீதியானதுதான். ஆணாதிக்க, சாதிய, பொருளாதார, மதப்பெரும்பான்மைச் சிந்தனைகளால் பிளவுண்டிருக்கும் இச்சமூகத்தில் இவையே வெற்றிவாய்ப்பைத் தீர்மானிக்கும் காரணிகளாகவும் உள்ளன. இந்தக் காரணிகளைத் தரவுகளாகக் கொண்டே கட்சிகளும் கட்சிகளுக்காகத் தேர்தல் பணியைத் திட்டமிடும் வல்லுனர் அமைப்புகளும் வேட்பாளர்களைத் தெரிவு செய்வதுடன் வாக்காளர்களையும் அணுகும் காலகட்டமிது.

நாட்டின் வளர்ச்சிக்கான திட்டங்களையும் சமகாலச் சிக்கல்களுக்கான தீர்வுகளையும் முன்மொழிவோர், மக்கள் நலனைப் பாதுகாக்கவும் மேம்படுத்தவும் அர்ப்பணிப்புடன் தொண்டாற்றுகிறவர்கள், அரசியல் சாசனம் வழங்கியுள்ள உரிமைகளையும் நோக்கங்களையும் அடைவதற்காகப் போராடுகிறவர்கள், நேர்மையாளர்கள் ஆகியோரிலிருந்து கொள்கை சார்ந்து தமக்கான பிரதிநிதிகளைத் தேர்வுசெய்யும் சுதந்திரமான நிலையில் இன்று வாக்காளர்கள் விட்டுவைக்கப் படவில்லை. திட்டமிட்ட, திரிக்கப்பட்ட பிரச்சாரங்களின் வழியே குறிப்பிட்ட கட்சி / கூட்டணி அல்லது தலைவருக்கு ஆதரவான அல்லது எதிரான அலை வீசுவதான தோற்றத்தைச் செயற்கையாக உருவாக்கி மக்களின் உளவியலை முற்றுகையிட்டு அவர்களின் வாக்குகளைத் திருப்பிவிட முடியும் என்கிற அஞ்சத் தக்க நிலை உருவாகிவருகிறது.

2013ஆம் ஆண்டில் நடைபெற்ற திரிபுரா சட்டமன்றத் தேர்தலில் பா,ஜ.க வெறுமனே 1.54% வாக்குகளை மட்டுமே பெற்றிருந்தது. அது போட்டியிட்டிருந்த தொகுதிகளில் ஒன்றைத் தவிர மற்றெல்லாவற்றிலும் வைப்புத்தொகையைக்கூட திரும்பப்பெற முடியாத அளவுக்கு மோசமாகத் தோல்வியுற்றிருந்தது. ஆனால், அந்தக் கட்சி அடுத்துவந்த தேர்தலில் அங்கு கால்நூற்றாண்டு காலமாக இடைவிடாது ஆட்சியிலிருந்த மார்க்சிஸ்ட் கட்சியை வீழ்த்தி அதிகாரத்திற்கு வருகிறது. பலவந்தமாகவும் மோசடியாகவும் பெறப்பட்ட இந்த முடிவுக்குப் பின்னால் எத்தகைய ஜனநாயகத்திற்குப் புறம்பான சதிவேலைகள் நடந்தன என்பதை ஒரு திகில் கதையைப் போல விவரிக்கிறது ‘இந்தியத் தேர்தல்களை வெல்வது எப்படி’ என்கிற நூல். இந்த அணுகுமுறைகளின் வழியாகத்தான் ஏற்கனெவே மோடி, டிரம்ப் போன்றவர்கள் தம்மை ஊதிப் பெரிதாக்கிக் காட்டி அதிகாரத்தையும் கைப்பற்றியுள்ளனர். தமிழகத்தில் நேரடியாக அதிகாரத்திற்கு வரமுடியாத பா.ஜக, மக்கள் விரோதச் செயல்களால் முற்றிலுமாகத் தனிமைப்பட்டுள்ள, ஆட்சியில் நீடிப்பதற்கான அரசியல் நியாயங்கள் அனைத்தையும் இழந்திருக்கின்ற, தான் காலால் இடும் பணியைத் தலையால் சுமந்து செய்துமுடிக்கிற அதிமுகவை இத்தகைய தகிடுதத்தங்கள் மூலமாக ஆட்சியில் நீடிக்கச் செய்வதற்கு முயற்சித்துவருகிறது.

“ஜனநாயகம் என்பது ஒரு சுதந்திரமான அரசாங்கம் என்று சொல்லப்படுகிறது. சுதந்திரமான அரசாங்கம் என்றால், சமூக வாழ்க்கையின் பரந்த அம்சங்களில் சட்டத்தின் குறுக்கீடின்றி மக்கள் செயல்படுவதைக் குறிக்கிறது” என்பார்

அம்பேத்கர். அப்படிச் சுதந்திரமான ஓர் அரசாங்கத்தைத் தேர்வுசெய்யுமளவுக்கு விழிப்படைந்தவர்களாகக் குடிமக்கள் உருவாகும்போது அம்பேத்கர் விரும்பியபடி ஜனநாயகம் என்பது அவர்கள் கையில் ஒரு ரத்து அதிகாரமாகவும் இருக்கும்.

நன்றி: *செம்மலர்*, ஏப்ரல் 2021

பார்ப்பரேட்டிய காலத்தில் கல்வி

1. 2014 மே மாதம் பாஜக ஆட்சிக்கு வந்ததன் பின்னணியில் அதே ஆண்டு நவம்பரில் வேர்ல்டு இந்து பவுண்டேஷன் என்ற அமைப்பு உலக இந்து மாநாட்டை நடத்துகிறது. இம்மாநாட்டின் பகுதியாக நடத்தப்பட்ட 'இந்து கல்வி மாநாட்டின்" உரைகள் இந்தியக் கல்விப்புலத்தை இந்துப் பண்பாட்டில் தோய்ந்த கல்விப்புலமாக மாற்றியமைக்க ஒன்றிய அரசை வலியுறுத்துவதாய் இருந்தன.

2. 2015 அக்டோபர் 31 அன்று தேசியக் கல்விக்கொள்கைக்கான வரைவை உருவாக்கிட டி.எஸ்.ஆர்.சுப்ரமணியன் குழுவை ஒன்றிய மனிதவள மேம்பாட்டுத்துறை அமைச்சகம் அமைத்தது. 2016 ஏப்ரல் 30ஆம் நாள் இக்குழுவினால் அரசிடம் தரப்பட்ட அறிக்கையின் முதல் பக்கத்திலிருந்தே இந்துத்துவக் குப்பைகளைக் காணமுடிந்தது. இந்தியாவின் பண்டைய கல்வி முறை வேத அமைப்பிலிருந்து உதித்தெழுந்தது என்று ஆரம்பித்துப் பல மாநிலங்களுக்கும் மொழிகளுக்கும் உலகைக் காணும் சன்னலாகச் சமஸ்கிருத அறிவு இருக்கிறது என்று புளுகுவது வரை போனது. பண்பாட்டின் ஒரு கூறாகத்தான் மதம் உள்ளது என்பதைத் திரித்து மதம்தான் பண்பாடாக இருப்பதுபோலக் காட்டுவதற்கான முயற்சியும் அதில் இருந்தது.

3. 2015ஆம் ஆண்டுமுதல் இந்திய ஒன்றிய அரசின் கல்வி அமைச்சகம் ஏக் பாரத் சிரேஷ்ட பாரத் என்றொரு திட்டத்தைச் செயல்படுத்திக்கொண்டிருக்கிறது. பிரதமரின் சிந்தனைக் குழந்தைகளாக ஏற்கெனவே பிறந்த ஏகப்பட்ட இந்தியாக்களின் கதி என்னவென்று யாரும் அறியவியலாத நிலையில், சர்தார் வல்லபபாய் படேலின் 140ஆவது பிறந்தநாள் நிறைவுக் கொண்டாட்டங்களை முன்னிட்டு அவரால் பெற்றெடுக்கப்பட்ட மற்றுமொரு இந்தியா தான் இந்த ஏக் பாரத் சிரேஷ்ட பாரத். இந்தியல்லாத பிறமொழியினருக்கு இந்தத் திட்டத்தின் பெயருக்கு அர்த்தம் என்னவென்று விளக்குவதற்குக்கூட எந்த முயற்சியும் மேற்கொள்ளத்தேவையில்லை என்று கருதியிருப்பார்கள் போல. இவ்வளவு எகத்தாளமா என்கிற எரிச்சலுடன் கூகுளில் தேடிப் படித்தால்தான் ஒரே இந்தியா சிறந்த இந்தியா என்று அதன்

பொருள் விளங்குகிறது. எதிலே சிறந்த இந்தியா என்று கேட்பதற்கும் முன்பாக ஒரே இந்தியா என்பதன் பொருள் என்னவென்று பார்க்க வேண்டியுள்ளது.

நாட்டின் வெவ்வேறு இரு மாநிலங்களை இணையாகச் சேர்த்து அவற்றுக்குள் பரஸ்பரப் புரிதலையும் இணக்கத்தையும் உருவாக்குவதற்காக அவ்விரு மாநிலங்களின் மாணவர்கள் ஒருவருக்கொருவர் தமது மொழி இலக்கியம் வரலாறு கலை இலக்கியம் பண்பாடு குறித்து மற்றவருடன் பரிமாறிக்கொள்வதே இத்திட்டத்தின் நோக்கமெனக் கூறப்படுகிறது. இதனடிப்படையில் தமிழகமும் ஜம்மு காஷ்மீரும் ஓரிணையாக்கப்பட்டுள்ளன. மாறுபட்ட பண்பாடுகளைக் கொண்டிருந்தாலும் நாம் ஒரே நாட்டைச் சேர்ந்தவர்கள் என்கிற உணர்வை இது உருவாக்கும் என்று இத்திட்டம் கூறிக்கொள்கிறது. ஜம்மு காஷ்மீர் ஒரே மாநிலமாக நீடிப்பதைப் பொறுத்துக்கொள்ளாமல் சிதறடிக்கும் ஒன்றிய அரசு குமரி முதல் இமயம் வரை ஒரே நாடு என்ற உணர்வை ஊட்டப்போவதாகச் சொல்வது கேலிக்குரியது. தொடர்ச்சியான நிலப்பரப்பின் எதிரெதிர் முனைகளில் வாழ்கிற இவ்விரு மாநிலங்களின் மாணவர்களும் இந்தியர்கள் என்ற முறையில் பகிர்ந்துகொள்ளப் போகும் பொதுமைகள் எவையென்று இத்திட்டம் தெளிவுபடுத்தவில்லை. அதேவேளையில் அவர்களைத் தமது இனத்தின் தனித்த அடையாளங்களை இழக்கச்செய்வதற்கும் இந்துத்துவாவினர் கட்டமைக்க விரும்பும் ஒற்றைத் தேசம் ஒற்றைப் பண்பாடு என்கிற அடையாளத்தை ஏற்கச்செய்வதற்குமான பல உட்சூழிகளைக் கொண்டுள்ளது இத்திட்டம்.

4. 2016ஆம் ஆண்டு இறுதியில் ஒன்றிய அரசின் கலைப் பண்பாட்டுத்துறை அமைச்சர் "12000 வருட இந்தியப் பண்பாட்டின் தோற்றம் மற்றும் பரிணாமத்தை முழுமையாக ஆய்வு செய்வதற்கான வல்லுனர் குழு" ஒன்றை அமைக்கிறார். 40 கோடி ரூபாய் அரசு நிதியுதவியுடன் 12 பேர் கொண்டதாக அமைக்கப்பட்ட இக்குழு தன் ஆயுட்காலம் 2017 நவம்பர் 11 அன்று முடிவடைவதற்குள்ளாகச் சிலதடவை கூடியிருப்பதாகத் தெரியவருகிறது. என்ன பேசப்பட்டது என்கிற விவரம் பொதுவெளியில் பகிரப்படவில்லை.

2018 மார்ச் 6ஆம் நாள் *ராய்டர்ஸ்* இணையதளத்தில் வெளியான ஒரு கட்டுரை வழியாகத்தான் இப்படியொரு குழு அமைக்கப்பட்டிருக்கும் செய்தியே வெளியே தெரியவந்தது. ஆனாலும் பரவலாகவில்லை. *ராய்டர்ஸி*டம் இந்தக் குழுவின் உறுப்பினர்களில் ஐவர் தெரிவித்த கருத்துகளின்படி, ஆரியர்கள்

எங்கிருந்தும் இந்தியாவிற்குள் வந்தவர்களல்ல - அவர்கள் இம்மண்ணின் பூர்வகுடிகள், சமஸ்கிருதம் இந்தியாவிலேயே உருவான மொழி, வேதங்களின் பிறப்பிடம் இந்தியாவே, வேதங்கள், இதிகாசங்கள், புராணங்கள் போன்றவற்றில் உள்ள கருத்துகள் கற்பிதமானவையல்ல - உண்மையே என்று இந்துத்துவவாதிகள் சொல்லிக்கொண்டிருக்கும் பொய்களை ஆய்வுமொழியில் எழுதித்தருவதுதான் இந்த வல்லுனர் குழுவுக்குக் கொடுக்கப்பட்டுள்ள ஆய்வு வரம்பு என்பதை அறிய முடிகிறது. இந்தக்குழு கொடுக்கும் அறிக்கையை இந்திய அரசு அப்படியே ஏற்றுக்கொள்ளப் போகிறதென அறிவித்த அப்போதைய அமைச்சர், அந்த அறிக்கையின் அடிப்படையில் பாடநூல்களை மாற்றியெழுதிட கல்வி அமைச்சகத்திடம் தான் வலியுறுத்தப் போவதாகவும் அறிவித்தார். அப்போதைய ஒன்றிய மனிதவள மேம்பாட்டுத்துறை அமைச்சரோ பள்ளிகளிலும் கல்லூரிகளிலும் தற்போது கற்பிக்கப்படும் வரலாற்றைக் கேள்வி கேட்கும் தைரியமுள்ள முதல் அரசு எங்களுடையதே எனப் பீற்றிக்கொண்டதுடன், பண்பாட்டுத்துறை அமைச்சகத்தால் வெளியிடப்படவிருக்கும் அறிக்கை கல்வித்துறையில் தீவிரமாக அமலாக்கப்படும், பாடநூல்கள் மாற்றியெழுதப்படும் என்று தெரிவித்தார்.

5. 2018 அக்டோபரில் அகில இந்தியத் தொழிற்நுட்பக் கல்விக்கழகம் (ஏஐசிடிஇ), பண்டைய இந்தியாவின் அறிவமைப்பு *(Ancient Knowledge System)* என்கிற படிப்பையும் அதற்கான பாடநூலாகப் பாரதிய வித்யாசார் என்கிற நூலையும் புகுத்தியது. போலி அறிவியலை முன்வைக்கும் கல்விக்குள் திணிக்கும் இம்முயற்சிக்கு எதிராக கல்வியாளர்களும் அறிவியலாளர்களும் இணையவழி கையெழுத்தியக்கம் நடத்தியபோது, அவர்களை விடவும் கூடுதலானவர்கள் தனது முடிவுக்கு ஆதரவாகக் கையெழுத்திட்டுக் கொடுத்திருப்பதாகக் கொக்கரித்தது ஏஐசிடிஇ. அதற்கும் முன்னதாகவே கூட அது அறிவியல் தொழிற்நுட்பக்கல்வியைப் பாழடிக்கத் தொடங்கிவிட்டதற்கு *2018* ஜனவரியில் வெளியிட்ட *Model Curriculam for Undere Graduate Degree Courses in Engineering and Technology* என்கிற ஆவணம் சான்றாக உள்ளது.

6. மேற்சொல்லப்பட்டிருக்கும் பின்னணியில் தேசியக் கல்விக் கொள்கையில் குறிப்பிடப்படும் பண்பாடும் பாரம்பரியமும் யாருடையவை என்கிற கேள்வி எழுகிறது. இந்த நாடு பன்மைத்துவமான பண்பாட்டைக் கொண்டிருக்கிறது என்று விதந்தோதிக்கொண்டே அந்தப் பன்மைத்துவத்தை ஒழித்துக்

கட்டுவதற்குண்டான கேடுகளைச் செய்துவருகிற இந்துத்துவர்களின் பாஜக அரசு, கல்விப்புலத்தில் மட்டும் பன்மைத்துவப் பண்பாட்டை பேணும்விதமாக நடந்து கொள்ளுமா என்கிற சந்தேகத்திலிருந்து இந்தக் கல்விக் கொள்கையை அணுக வேண்டும். ஆரியர்களின் - அவர்களது வழித்தோன்றல்களாகத் தம்மைக் கருதிக்கொண்டுள்ள பார்ப்பனர்களின் வேதப்பண்பாட்டையும் மேலாதிக்கத்தையும் அரசதிகாரத்தின் துணையோடு நிறுவத் துடிக்கும் இந்துத்துவவாதிகள் - அதே நோக்கங்களுக்காக இந்தியக் குடிமக்களைக் குழந்தைப்பருவம் தொட்டே பதப்படுத்துவதற்காக மேற்கொண்டுள்ள சட்டப்பூர்வ ஏற்பாடே இந்தத் தேசியக் கல்விக் கொள்கை என்கிற முடிவுக்கு வருவதற்குச் சில உதாரணங்கள் போதும்.

தேசியக் கல்விக் கொள்கையின்படி, ஒரு குழந்தை தனது வீட்டிலிருந்து எவ்வளவு அருகில் பள்ளிக்கூடத்தைப் பெறவிருக்கிறது, அது எவ்வாறு பள்ளிக்குச் சென்று திரும்பப் போகிறது என்கிற பிரச்சினைகளையெல்லாம் கடந்து, மூன்று வயதில் கற்றல் செயல்பாட்டிற்காகப் பள்ளிக்குள் தள்ளிவிடப்படும் குழந்தை அன்றாடம் எதை எப்படிக் கற்றுக்கொண்டு வீடு திரும்பப் போகிறது? பண்பாட்டின் அடிப்படைக் கூறுகளில் ஒன்று உணவு; எனில் அந்த மூவேளை உணவில் இருவேளை - காலை மற்றும் மதியத்தில் அரசே வழங்கப்போவதாகச் சொல்லப்படும் உணவு யாருடைய உணவாக இருக்கப்போகிறது? தமிழர்களின் உணவில் பாரம்பரியமாகக் கலந்துள்ள வெங்காயம், பூண்டு இரண்டையும் தவிர்த்த உணவை ஏற்கெனவே இஸ்கானின் அட்சயப் பாத்ரா தமிழகக் குழந்தைகளுக்கு வழங்கத் தொடங்கிவிட்டது. நான் வெங்காயம், பூண்டு சாப்பிடும் வழக்கமில்லாத குடும்பத்தைச் சேர்ந்தவள் என்று நிதியமைச்சர் நிர்மலா நாடாளுமன்றத்திலேயே தன் சாதி அகங்காரத்தை வெளிப்படுத்தினாரல்லவா - மக்கள்தொகையில் மிகக் குறும்பான்மையினரான ஆசாரப்பார்ப்பனர்களின் வெங்காயம், பூண்டு கலக்காத இத்தகைய உணவுதான் நாடு முழுவதற்கும் நம் குழந்தைகளுக்கு வழங்கப்படவிருக்கிறது என்பதற்கான முன்னோட்டமே இது. இந்த அந்நிய உணவுக்கும் சுவைக்கும் பெரும்பான்மையான குழந்தைகள் பழக்கப்படுத்தப்படவிருக்கின்றனர். குழந்தைகள் பள்ளியில் பழகிக்கொண்டுவரும் இந்த உணவும் சுவையும் அவர்களது வாழ்நாள் முழுக்கத் தொடரக்கூடியதாயும் குடும்பத்தின் மற்றையவர்கள் மீது செல்வாக்குச் செலுத்தக்கூடியதாகவும் இருக்கப்போகிறது.

தேசியக் கல்விக்கொள்கை செயலாக்கத் திட்டத்தில் இந்திய மொழிகளை, கலைகளை, பண்பாட்டை ஊக்குவிப்பது குறித்த அத்தியாயத்திற்கான முன்குறிப்பில் வட்டார / தாய்மொழிக்கு முக்கியத்துவம் அளிக்கப்படும் எனச் சொல்லப்பட்டுள்ளது. ஆனால், இப்போதைய நிலையிலேயே பெரும்பாலான தனியார் பள்ளிகள் எல்லாக் குழந்தைகளையும் காலைநேரப் பிரார்த்தனைப் பாடல் என்ற பெயரில் பஜனைப் பாடல்களையும் சமஸ்கிருத சுலோகங்களையும் பாடவைத்துக்கொண்டிருக்கிறார்கள். எல்லா நிலையிலும் சமஸ்கிருதத்தையும் அதற்கடுத்த நிலையில் இந்தியையும் உயர்த்திப்பிடிக்கும் தேசியக் கல்விக்கொள்கை ஒட்டுமொத்தமாக எல்லாப் பள்ளிகளின் குழந்தைகள் மீதும் காலைநேரக் கூடுகைப்பாடல் என்பதற்கும் அப்பால் பல்வேறு வழிகளில் இந்த அந்நிய மொழிகளைத் திணிக்கப்போகிறது.

2011 மக்கள்தொகை கணக்கெடுப்பின்படி 19569 மொழிகளும் கிளைமொழிகளும் பேசப்படும் இந்த நாட்டில் 10000 பேருக்கு மேல் பேசக்கூடிய மொழியென அடையாளம் காணப்பட்டவை 121 மட்டுமே. இவற்றிலும் 22 மொழிகள்தான் அரசியல் சட்டத்தின் எட்டாவது அட்டவணையில் சேர்க்கப்பட்டுள்ளன. ஒன்றிய அரசும், அதன் திட்டங்களும் இந்த 22 மொழிகளையும் ஒருபோதும் சமமாய் நடத்தப்போவதில்லை என்பதற்கு அன்றாடம் உதாரணங்கள் வந்த வண்ணம் உள்ளன. மகாதானபுரம் ரயில் நிலையத்தின் பெயர்ப் பலகையில் இருந்த 'க' நீக்கப்பட்டு 'ஹ' சேர்க்கப்பட்டதானது ஒன்றிய ஆட்சியாளர்கள் ஒவ்வொரு எழுத்தையும் குறிவைத்து வேலை செய்கிறார்கள் மாற்றத் துடிக்கிறார்கள் என்பதைக் காட்டுகிறது.

பள்ளிகளின் பெயரை மாற்றுவது, வகுப்பறைக்குள் மாணவர்கள் அமரும் இருக்கைகளுக்கு ஆளுங்கட்சியின் கொடிநிறத்தைப் பூசுவது, சமஸ்கிருதத்தில் மட்டுமே போட்டிகளை நடத்துவது, பாடநூல்களைத் திரித்து எழுதுவது, உண்மையான அறிவியலையும் வரலாற்றையும் பேசும் பாடங்களை நீக்குவது, ஆசிரியர் மாணவர் உறவை குரு-சிஷ்ய படிநிலையாக மாற்றுவது, ஆசிரியர்களுக்கு பாதபூஜை செய்யும் நிகழ்வுகளை நடத்துவது, உடற்பயிற்சி - மனப்பயிற்சிக்காக யோஹா என்கிற பெயர்களில் கல்விக்கூடங்களுக்குள்ளேயே சாஹா நடத்த முயற்சிப்பது என்று எந்தவொரு சந்தர்ப்பத்தையும் நழுவவிடாமல் தமது கருத்தியலைக் கல்விப்புலத்தின் மீது இந்துத்துவவாதிகள் திணித்துவந்ததன் தொடர்ச்சியில்தான் தேசியக் கல்விக்கொள்கை வந்துள்ளது.

7. சாதியத்திற்கு முந்தைய வர்ணாசிரம நிலையைத் தற்காலத்திற்கேற்றாற்போல மீட்டுருவாக்கும் முயற்சியில்

கார்ப்பரேட்டுகளையும் கல்வி வியாபாரிகளையும் தம்முடன் இணைத்துக்கொள்வதற்கு இந்துத்துவவாதிகள் தேசியக் கல்விக் கொள்கையில் வழி கண்டுள்ளனர். வர்ண நலனும் வர்த்தக நலனும் ஒன்றுக்குள் ஒன்றாக ஊடாடியிருக்கும் - பார்ப்பனீயமும் கார்ப்பரேட்டியமும் கலந்து பார்ப்பரேட்டியமாக மாறியுள்ள இக்காலத்தில் குடிமக்களுக்கு வழங்கப்படும் கல்வி அதற்கிசைந்தாற்போல்தான் இருக்கும். மக்களை மந்தையாகவும் தேசத்தைச் சந்தையாகவும் கட்டியமைக்கப் பண்பாடும் அதனங்கமான கல்வியும் தான் உகந்த களம் என்று அவர்கள் உணர்ந்திருப்பதன் வெளிப்பாடாகவே இக்கொள்கையைப் பல அடுக்கு வடிகட்டலுடன் வகுத்துள்ளார்கள். சந்தையின் மிக மலிவான பண்டமே உழைப்புதான். அந்த உழைப்பை விற்பவர்களாகப் பெரும் பகுதியினரையும், அந்தந்தக் காலத்திற்குரிய நவீன அறிவியல் தொழிற்நுட்பங்களைக் கண்டுபிடிப்பவர்களாக, மேம்படுத்துகிறவர்களாக, கையாள்கிறவர்களாகச் சிறு தொகையினரையும் இக்கொள்கை வடிகட்டல்கள் வழியே உருவாக்கும் அதேநேரத்தில் கல்வி வளாகத்திற்குள் நுழைகிற ஒவ்வொருவரது - ஆசிரியர் உட்பட - கருத்துலகத்தையும் மூடத்தனங்களாலும் பழமைவாதங்களாலும் கற்பிதமான பெருமிதங்களாலும் நிரப்பிவைக்கும் விதமாக இக்கொள்கையும் அதைச் செயல்படுத்தும் திட்டங்களும் உள்ளன.

குறிப்பிட்ட நிலப்பரப்பில் மொழியால் நடத்தையால் நம்பிக்கைகளால் இணைந்துள்ள மக்களை ஒரு பண்பாட்டுத் தொகுதி என்று கொள்வோமானால், அந்தப் பண்பாட்டுக்குரியவர்கள் தங்களுக்குகந்த கல்வியை வட்டாரம் சார்ந்ததாக, தனித் தன்மையுடையாக உருவாக்கிக்கொள்வதும் அதன்வழியே உலகோடு தொடர்பாடுவதுமே சரி. ஆனால், இந்தத் தேசியக் கல்விக் கொள்கை வட்டாரத்தன்மைகளையும் பல்வேறு இனங்களின் தனித்தன்மைகளையும் கணக்கில் கொள்ளாது ஒற்றைமயமாக்கத்திற்காக மத்தியிலிருந்து உருவாக்கப்பட்டு மாநிலங்கள் மீது திணிக்கப்படுகிறது. இக்கொள்கையைச் செயல்படுத்துவதற்குமப்பால் சென்றுவிடாதபடியான நெருக்கடியை மாநில அரசுகளுக்கு ஒன்றிய அரசு உருவாக்கி வருவதை ஏற்க முடியாது.

மாநில அரசுகள் தமது ஆளுகைப்பரப்பிலுள்ள மக்களின் சமூக அரசியல் பொருளியல் பண்பாட்டு நலன்களைப் பாதுகாப்பதற்கான பொறுப்பையும் அதிகாரத்தையும் அரசியல் சாசனத்தின் வழியே பெற்றவை. அவ்வகையில் தம்மக்களின் கல்வி உரிமையைப் பாதுகாக்கும் வகையில் தமிழ்நாட்டின் அரசு

தனியாகக் கல்விக்கொள்கை ஒன்றை உருவாக்குவதே சரியாகும். அதற்குக் கல்வியை மாநிலப்பட்டியலுக்குள் கொண்டுவர வேண்டும் என்ற குரலை மாநில அரசும் மக்களும் சேர்ந்தெழுப்ப வேண்டிய காலமிது.

8. இந்தியச்சமூகம் வரலாற்றுப்போக்கில் உருவாக்கிவந்துள்ள பண்பாட்டு நிறுவனங்களுக்கும் அரசியல் சாசனத்திற்கும் அதன் நோக்கங்களை நிறைவேற்றுவதற்கான நிறுவனங்களுக்கும் ஒன்றிய அரசின் ஆட்சியாளர்களால் இன்று நேர்ந்துவரும் அபாயம்தான் கல்வித்துறையின் மீதும் கவிந்துவருகிறது. இந்த நிறுவனங்கள் ஒவ்வொன்றும் அதனதன் தனித்தன்மையையும் சமூகப் பாத்திரத்தையும் இழந்து ஒன்றிய ஆளுங்கட்சியின் விருப்பார்வங்களை நிறைவேற்றித்தருகிற அடியாள்படையாக மாற்றப்பட்டு வரும் நிலையில் அதிலிருந்து கல்வியை மட்டும் தனித்தெடுத்துக் காப்பாற்றிவிட முடியுமா என்கிற கேள்வி அப்பாவித்தனமாக எழுப்பப்படுகிறது. ஆனால், இந்தக் கேள்விக்கான பதில், ஒட்டுமொத்த அபாயத்திற்கும் எதிரான போராட்டம் திரளும் வரை கல்விப்புலத்தின் தனித்துவத்திற்கான, மாநிலங்களின் உரிமைக்கான போராட்டங்கள் காலந்தாழ்த்தவோ காத்திருக்கவோ வேண்டியதில்லை என்பதுதான்.

2021 ஏப் 14 அண்ணல் அம்பேத்கர் பிறந்தநாளன்று சென்னையில் பொதுப்பள்ளிக்கான மாநில மேடை நடத்திய 'மாநிலக் கல்விக்கொள்கை உருவாக்கம்' கருத்தரங்கில் வாசிக்கப்பட்ட கட்டுரை

வரலாற்றுக்கு வெளியே விரட்டப்படும் மாப்ளா தியாகிகள்

1921 நவம்பர் 19 மாலை. கோழிக்கோடு ரயில்நிலையம். பயணிகள் வண்டி எண்: 77 சற்றைக்கெல்லாம் கிளம்பப்போகிறது. திடீரென அதன் கடைசிப்பெட்டியுடன் சரக்குகளை ஏற்றிச் செல்லும் 1711 என்கிற எண்ணுள்ள பெட்டியொன்று அவசரமாக இணைக்கப்படுகிறது. புதிதாக அடிக்கப்பட்டு இன்னமும் சரிவர காயாத வர்ணத்தின் நெடியடிக்கும் அந்தப் பெட்டியையும் இழுத்துக்கொண்டு வண்டி திரூர் சேரும்போது மாலை 6.45மணி.

சார்ஜென்ட் ஏ.ஹெச்.ஆண்ட்ரூஸ், தலைமைக்காவலர் ஓ.கோபாலன் நாயர், காவலர்கள் பி.நாராயண நாயர், கே.ராமன் நம்பியார், ஐ.ரைரு, என்.டி.குஞ்சம்பு, பி.கொரடுண்ணி நாயர் ஆகியோர் இந்த வண்டிக்காகத்தான் திரூரில் காத்திருந்தார்கள். மம்பாடு, மலப்புரம், பய்யநாடு, மேல்முரி, போரூர், புன்னப்பளா, குருவம்பலம், நிலம்பூர், செம்மலாசேரி ஆகிய ஊர்களின் சுற்றுவட்டாரங்களிருந்து பிடித்து நடத்தியே இழுத்துவரப்பட்டிருந்த நூறு கைதிகள் அங்கே அவர்களது பொறுப்பிலிருந்தார்கள். ஒவ்வொரு கைதியையும் இன்னொரு கைதியுடன் ஜதையாகப் பிணைத்து விலங்கிட்டு வைத்திருந்தனர். 18 X 9 X 7.5 அடிகள் அளவேயுள்ள அந்தச் சரக்குப்பெட்டிக்குள் அதன் கொள்ளளவினும் பன்மடங்கு மிகுதியாயிருந்த நூறு பேரையும் துப்பாக்கிமுனையால் குத்திக்குத்தி நெருக்கித் திணித்துப் பூட்டிய அவர்கள் அந்தப்பெட்டிக்கு முன்னேயிருந்த பயணிகள் பெட்டிகளில் போய் அமர்ந்துகொண்டார்கள்.

மேற்கூரையிலும் பக்கவாட்டிலும் இருந்த சிறு துளைகளும்கூட வர்ணம் பூசியதில் தூர்ந்துபோய்க் காற்றும் வெளிச்சமுமற்றுச் சூளைபோல கொதித்த அந்தச் சரக்குப்பெட்டிக்குள் அடைக்கப் பட்ட கைதிகளின் நிலை?

வண்டியோட்டத்தின் தள்ளாட்டத்தில் அவர்கள் ஒருவரோடொருவர் மோதிச் சரிந்தனர். ஒருவரையொருவர் பிடித்துக்கொள்ள முயன்றதில் கைவிலங்கு பட்டும் நகம் கீறியும் பலரது உடலிலும் காயமேற்பட்டு ரத்தம் வழிந்தது. இப்படியாவது தாகம் தணியாதா என்கிற பரிதவிப்பில் பிறரது உடலில் வழியும் ரத்தத்தையும் வியர்வையையும் அவர்கள் நக்கியிருக்கிறார்கள்.

ஒருகட்டத்தில் உடம்பில் எஞ்சியிருந்த தண்ணீர் சிறுநீராய் சொட்டியபோது தாகத்தில் அதையே குடித்திருக்கிறார்கள். மூச்சுத் திணறலில் வாயைத் திறந்து காற்றுக்கு அலைந்து மயங்கி விழுந்திருக்கிறார்கள். உயிரழியும் வாதையின் கூப்பாடு ரயிலோட்டத்தின் இரைச்சலையும் தாண்டி அடுத்த பெட்டிகளின் பயணிகளையும் உலுக்குகிறது. ஆனாலும் காவற்படையினர் பெட்டியைத் திறக்கவேயில்லை. இத்தனைக்கும் ஷொரனூரில் 30 நிமிடங்களும், ஒலவக்கோட்டில் 15நிமிடங்களும் வண்டி நின்று கிடந்துதான் கிளம்பியது.

திரூரில் கிளம்பிய வண்டி 111 மைல் ஓடிக்கடந்து நள்ளிரவு 12.30 மணிக்குப் போத்தனூரில் நின்றபோது பயணிகளில் சிலர், தாள முடியாத ஓலமும் வாடையும் வெளியாகும் அந்தப் பெட்டியைத் திறந்தேயாக வேண்டுமென்று காவற்படையினரை நெருக்கியுள்ளனர். வேறுவழியின்றிக் காவலர்கள் பெட்டியைத் திறந்ததும் 56 பிணங்கள் வெளியே விழுந்திருக்கின்றன. போர்க் களத்தில் சிதைக்கப்பட்டவை போன்றிருந்த அந்தப் பிணங்கள் திரூருக்கே திருப்பி அனுப்பப்பட்டன. குற்றுயிருராக எஞ்சியிருந்த 44 பேர் கோவை பொது மருத்துவமனைக்குக் கொண்டு செல்லப்பட்டனர். அவர்களிலும் 14 பேர் அடுத்தடுத்த நாள்களில் மாண்டு போயினர்.

“மாதக்கணக்காக இம்மக்களுக்கு இழைக்கப்பட்டுவரும் சித்ரவதைகளை ஒப்பிடும்போது இந்த ரயில் வேகன் படுகொலை அற்பமானது” என்று வரலாற்றாளர் எம்.கங்காதரன் வெளிப்படுத்திய வேதனை கொடூரத்தின் தீவிரத்தை உணர்த்துகிறது. தென்னிந்தியாவின் ஜாலியன் வாலாபாக் எனப்படுமளவுக்கான கொடுமைகளுக்காளாகிய அந்த மக்களும் கைதிகளும் யார்?

❍

மலபாரின் கடற்கரை நகரங்களில் வாழ்ந்துசெழித்த வணிகச் சமூகம் மாப்ளா முஸ்லிம்கள். போர்த்துக்கீசியர் முதலான ஐரோப்பியர்களின் அடுத்தடுத்த வருகையினால் அங்கே வணிகப்போட்டியும் அமைதியின்மையும் ஏற்பட்டதால் மாப்ளாக்களில் ஒருபகுதியினர் மலபாரின் உட்பகுதிகளுக்கு இடம்பெயர்ந்துள்ளனர். செருமான், புலையன், குரும்பன், குறிச்சியன், பன்னியன், திய்யர் உள்ளிட்ட ஆதிக்குடிகளுடனான கலப்பு தன்னியல்பாகி, ஆதிக்குடிகளில் பலரும் இஸ்லாத்தைத் தழுவும் நிலை உருவாகியது. ஆதிக்குடிகளைப் போலவே மாப்ளாக்களும் அங்கு நிலவுடமையாளர்களாகிய நம்பூதிரிகளிடமும் (ஜென்மிகள்) நாயர்களிடமும் (கனம்தார்) வெறும்பட்டம்தார் எனப்படும் குத்தகைதாரர்களாகியுள்ளனர்.

நிலவுடமையாளர்களின் சுரண்டலையும் அதை நிலைநிறுத்துவதற்கான ஒடுக்குமுறைகளையும் எதிர்த்துக் குத்தகைதாரர்கள் போராட வேண்டியிருந்தது. திப்பு சுல்தான் ஆட்சிக்காலத்தில் நிலவுடமை மற்றும் வரிவிதிப்பில் ஏற்பட்ட மாற்றங்களால் சற்றே நிலைமை தணிந்திருந்தது. ஆனால் மராத்தியர், ஹைதராபாத் நிஜாம், திருவிதாங்கூர் மகாராஜா ஆகியோரது உதவியுடன் மூன்றாம் மைசூர் போரில் (1792-93) கார்ன்வாலிஸ் தலைமையிலான கிழக்கிந்தியக் கம்பனி திப்பு சுல்தானை வீழ்த்திய பின் நிலைமை வெகுவாகச் சீர்கெட்டது. நம்பூதிரிகளும் நாயர்களும் மீண்டும் தறிகெட்டு ஆடினர்.

கிழக்கிந்திய கம்பனியினர், மலபார் நிலவுடமையாளர்களுடன் சமரசம் செய்துகொண்டு அவர்களது நலனுக்கேற்ப இயற்றிய நிலம்சார் சட்டங்கள் குத்தகைதாரர்களுக்கு எதிரானவையாக இருந்தன, எனவே குத்தகைதாரர்கள் இக்கட்டத்தில் நிலவுடமைத்துவத்தையும் காலனியாட்சியையும் எதிர்த்துப் போராடும்படியானது. அடுத்துவந்த நூறாண்டுகளிலும் உக்கிரமாய்த் தொடர்ந்த இப்போராட்டத்தை, கிலாபத் இயக்கத்திலும் ஒத்துழையாமை இயக்கத்திலும் இணைத்ததன் மூலம் மாப்ளாக்கள் நாட்டின் விடுதலைப் போராட்டத்திற்கு வலுசேர்த்தனர். விவாகரத்துச் செய்துவிட்டுப் போராட்டத்தில் பங்கெடுக்க ஆண்கள் சென்றார்களென்றால் பெண்களோ ஆங்கிலேயப்படையினரை விரட்ட கொதிக்கும் எண்ணெய்யுடன் கதவோரம் காத்திருந்தார்கள். மலபாரின் ஒவ்வொரு அங்குலத்திலும் தம்மை எதிர்த்துப் போராடியவர்களை நரவேட்டையாடியது காலனியாட்சி. இதற்கெனவே அப்பகுதியில் இராணுவச் சட்டம் பிறப்பிக்கப்பட்டது.

மாப்ளாக்களின் போராட்டம் முடிவுக்குக் கொண்டுவரப்பட்டதாக அறிவிக்கப்பட்டபோது, அங்கு ‘2,339 பேர் கொல்லப்பட்டிருந்தார்கள்; 1,652 பேர் கடுமையாகக் காயமுற்றிருந்தனர்; 39,348 பேர் சரண்டந்தனர்; 7,900 பேர் அந்தமானுக்குக் கடத்தப்பட்டனர்’ என்று பன்மடங்கு குறைத்து கணக்குக் காட்டப்பட்டது. இவர்களினூடாகப் பிடிக்கப்பட்ட நூறுபேரை 1921 நவம்பர் 19 அன்று திரூரிலிருந்து பெல்லாரி சிறைக்குச் சரக்குப்பெட்டிக்குள் அடைத்து அனுப்பும்போதுதான் அவர்களில் 70 பேர் இறந்து போனார்கள். இவர்களில் 67பேர் மாப்ளா முஸ்லிம்கள், மூவர் இந்துக்கள்.

‘ட்ரெய்ன் வேகன் டிராஜிடி’ என்று பிரிட்டிஷ் ஆவணங்களால் மழுப்பப்படும் இப்படுகொலை சென்னை மாகாண சட்டப் பேரவையிலும் விமர்சனத்தைக் கிளப்பியது. நாப் (A.K.Knapp)

தலைமையிலான விசாரணைக்குழுவின் அறிக்கை கிடப்பில் போடப்பட்டாலும், அது காலனியாட்சியாளர்களின் கொடூர மனதைப் படம்பிடித்துக் காட்டியது. அப்போதைய மாவட்ட காவல் கண்காணிப்பாளர் ஆர்.ஹெச்.ஹிட்ச்காக், "சரக்குப் பெட்டியில் கைதிகளை அழைத்துச் செல்வது புதிதல்ல. ஏற்கெனவே 37முறை அழைத்துப் போயிருக்கிறோம். இந்தமுறை கொஞ்சம் பிசகிவிட்டதால் வெளியே தெரிந்துவிட்டது" என்கிற ரீதியில் ஆணவமாய்த் தெரிவித்ததுடன் இதற்காக யார்மீதும் நடவடிக்கை எடுக்கத் தேவையில்லை என்றும் வாதிட்டாராம். சென்னை சிஐடி.பிரிவு துணை கண்காணிப்பாளர் "கைதிகளுக்குத் தண்ணீர் தரவேண்டும் எனச் சட்டம் சொல்லவேயில்லை. அது தனிப்பட்ட கருணை தொடர்பானது" என்று நியாயப்படுத்தினார். சார்ஜெண்ட்டின் கவனக்குறைவைக் கண்துடைப்பாகச் சாடிய அரசு, கொல்லப்பட்டவர்களின் குடும்பத்திற்கு தலா ரூ. 300/ நிவாரணம் வழங்கிவிட்டுத் தப்பித்தோடியது.

மாப்ளா முஸ்லிம்களால் முன்னெடுக்கப்பட்ட இப்போராட்டத்தை நிலவுடைமையாளர்களாகிய நம்பூதிரிகளும் நாயர்களும் இந்துக்களுக்கு எதிரான வன்முறை என்று மதச்சாயம் பூசினர். இதற்காக அவர்கள் அங்கொன்றும் இங்கொன்றுமான தனிப்பட்ட மோதல்களை மிகைப்படுத்திக் காட்டினர். இச்சாதிகளைச் சேர்ந்தவர்களும் ஆங்கிலேயர்களும் எழுதிய சில நூல்களிலும்கூட இந்தத் திரித்தலுக்குக் கூடுதல் அழுத்தம் தரப்பட்டிருந்தது.

இந்நிலையில், "ஜென்மிகள் மற்றும் காலனியாட்சியாளர்களின் சுரண்டலுக்கும் ஒடுக்குமுறைக்கும் எதிரான குத்தகைதாரர்களின் அப்போராட்டம் விடுதலைப் போராட்டத்தின் ஒருபகுதியே" என்று தோழர் இ.எம்.எஸ்.நம்பூதிரிபாட் மாப்ளா எழுச்சியின்மீது சரியான ஒளியைப் பாய்ச்சினார். அவரது கருத்தினை கே.என். பணிக்கர், சௌமியேந்திர தாகூர், ஆர்.எல்.ஹார்ட்கிரேவ், கெய்ல் மினாட், நய்ம் குரேஷி, கான்ட்ராட் உட் போன்றோரது எழுத்துகள் வலுப்படுத்துகின்றன. இதன் தொடர்ச்சியில் மாப்ளா கிளர்ச்சியாளர்கள் விடுதலைப்போராட்டத் தியாகிகளாக அங்கீகரிக்கப்பட்டனர். ரயில் வேகன் படுகொலையின் வரலாற்றை நினைவூட்டும் நினைவுச்சின்னங்களும் கட்டிடங்களும் திரூரில் எழும்பின. அங்குள்ள ரயில் நிலையத்தின் சுவர்களில் இப்படுகொலையின் வரலாற்றைச் சித்தரிக்கும் ஓவியங்கள் வரையப்பட்டன. 1921 என்றொரு திரைப்படமும் வெளியானது. ரயில் வேகன் படுகொலையின் நூறாண்டுகள் இன்றுடன் நிறைவடைகிறது.

❍

சுதந்திரப் போராட்டத்திற்காகச் சுண்டுவிரலைக் கூட அசைக்காமல், பல துரோகங்களையும் சீர்குலைவுகளையும் செய்துவந்த சங்கிகள் ஒன்றிய அரசைக் கைப்பற்றிவிட்ட இக்கொடுங்காலம் அதற்கேயுரிய தீங்குகளையும் கொண்டுவந்து சேர்த்தபடியேதானிருக்கிறது. இந்துத்துவ நிகழ்ச்சிநிரலுக்கேற்ப வரலாற்றைத் திரிப்பதிலும் கட்டுக்கதைகளை வரலாறெனத் திணிப்பதிலும் கைதேர்ந்த ஒன்றிய அரசு, மாப்ளா எழுச்சியையும் ரயில் வேகன் படுகொலையின் நூற்றாண்டையும் இஸ்லாமிய வெறுப்பிலிருந்து சிறுமைப்படுத்துகிறது. அன்றைய நிலவுடமையாளர்களாகிய நம்பூதிரிகளும் நாயர்களும் இட்டுக்கட்டிய பொய்களைத் தூக்கிப்பிடிக்கிறது. திரூர் ரயில் நிலையத்தின் சுவர்களில் வரையப்பட்டிருந்த ரயில் வேகன் படுகொலை ஓவியங்களை அழிக்கச் செய்துவிட்டது. விடுதலைப்போராட்ட வீரர்களின் அகராதியில் இடம்பெற்றிருந்த மாப்ளா கிளர்ச்சியாளர்கள் 387 பேரின் பெயர்களை நீக்கச் செய்துள்ளது.

அதிகாரப் பிறழ்வால் வரலாற்றுக்கு வெளியே விரட்டப்படும் மாப்ளா தியாகிகளை நாம் மனங்களில் ஏந்திக்கொள்வதை யார் தடுக்க முடியும்!

தீக்கதிர், 18.11.2021

நன்மாறனைப்போல் சாக,
நன்மாறனைப் போல வாழ்ந்தாக வேண்டும்

வாழ்வின் தொடக்கத்திலிருந்து மரணம் வரையிலும்
எண்ணற்ற குறுக்குச்சாலைச் சந்திப்புகள்
எந்தப் பாதை வித்தியாசமானதாயிருக்குமோ
அந்தப் பாதையில் நடப்பதற்கு நான் முற்படக்கூடும்...

பஞ்சாப்பின் புரட்சிகர தலித் கவிஞன் சாந்த்ராம் உதாசி எழுதிய ‘என் மரணத்தின்போது அழாதீர்கள்’ என்ற பாடலின் இந்த இறுதி வரிகள்தாம் தோழர் நன்மாறனின் வாழ்வுக்கும் சாவுக்கும் மிகப்பொருத்தமானவை. சமூகத்தில் நிலவிடும் ஏற்றத்தாழ்வுகளையும் அவற்றை நிலைநிறுத்துவதற்கான ஒடுக்குமுறைகளையும் எதிர்த்து சமரசமற்றுப் போராடுவதற்கு இட்டுச் செல்லும் பாதை எதுவோ அதுவே தன் காலத்தின் வித்தியாசமான பாதை என்பதை உற்றுணர்ந்து அதையே தேர்ந்துகொண்டவர் நன்மாறன்.

நாடு விடுதலையடைவதற்குச் சில மாதங்களுக்கு முன்பாக, குஞ்சரத்தம்மாள் - வே.நடராசன் தம்பதியரின் மகனாகப் பிறந்த இராமலிங்கம் பின்னாளில் நன்மாறனாக மதிப்பையும் புகழையும் பெற்ற வரலாறானது தமிழ்ச்சமூகம் அடைந்துள்ள உயரங்களுக்கு அவர் ஆற்றிய பங்களிப்பில் வேர்கொண்டுள்ளது. தந்தையின் வழியே இளவயதிலேயே மார்க்சியத்தை ஏற்றுக்கொண்ட நன்மாறன், வாழ்வாதாரத்திற்குப் பார்த்துவந்த நடத்துனர் பணியை உதறிவிட்டு மார்க்சிஸ்ட் கம்யூனிஸ்ட் கட்சியின் முழுநேர ஊழியரானவர். சொந்த வாழ்வை வளப்படுத்திக்கொள்வதா சமூகத்தின் மேம்பாட்டுக்கு உழைப்பதா என்கிற கேள்விக்கு, சமூகநிலை மேம்படும்போது சொந்தவாழ்வும் வளப்படும் என்கிற பதிலினைத் தனது அரசியல் தொலைநோக்கிலிருந்து அவர் கண்டடைந்தார். சோசலிஸ்ட் வாலிபர் முன்னணி, தமிழ்நாடு முற்போக்கு எழுத்தாளர் கலைஞர்கள் சங்கம், இந்திய ஜனநாயக வாலிபர் சங்கம், கட்சி ஆகியவற்றின் மூலம் பொதுவாழ்வில் தான் ஆற்றிவந்த களப்பணிகளின் நீட்சியாக பத்தாண்டுக் காலம் சட்டமன்ற உறுப்பினராகவும் செயலாற்றிய நன்மாறன், தனது 74ஆவது வயதில் 28.10.2021 அன்று காலமாகிவிட்டார்.

நன்மாறனின் இறப்புச்செய்தி வெளியானதிலிருந்து சோர்வறியாத ஓர் அமைப்பாளராக, அரசியல் செயற்பாட்டாளராக, எவரும் மனத்தடையின்றி எளிதில் அணுகவாய்த்த தோழராக, மேடைப் பேச்சாளராக, எழுத்தாளராக, சட்டமன்றவாதியாக அவர் ஆற்றிய பணிகளையும் அவரோடு பழகிய அபூர்வ தருணங்களையும் பலரும் ஊடகங்களில் பகிர்ந்துவருகிறார்கள். பகிரப்படும் அச்செய்திகளுக்குள்ளிருந்து மேலெழும் நன்மாறனின் சித்திரமானது, அரசியலைப் பிழைப்புக்கான தொழிலாகக் கீழ்ப்படுத்தாமல், தான் நம்பும் கொள்கையின் வழியே சமூகத்தை அழைத்துச் செல்வதற்காகத் திடச்சித்தத்துடன் பணியாற்றும் நன்மாறன்களுக்காக இச்சமூகம் காத்திருக்கும் ஏக்கத்தைக் காட்டுவதாயிருக்கிறது. எளிமையும் பொதுவாழ்வில் நேர்மையும் அதிசய குணங்களல்ல; அவை மனித சுபாவம், கம்யூனிஸ்ட்களின் அடிப்படை குணம். கம்யூனிஸ்ட் கட்சியில் இருப்பதானது, கம்யூனிஸ்டாய் வாழ்வதற்காகத்தான் என்பதற்கான விளக்கத்தை தன் வாழ்வின் வழியே நிறுவிச் சென்றுள்ளார் நன்மாறன்.

நன்மாறன் எத்தகைய மதிப்புமிக்க அப்பழுக்கற்ற வாழ்க்கையை வாழ்ந்தார் என்பதனை அவரது இறப்பு உலகறியச் செய்திருக்கிறது. அவருக்கு இறுதிமரியாதை செலுத்த தமிழ்நாட்டின் முதல்வரும், அமைச்சர்களும், மாநிலம் முழுவதுமிருந்து இயக்கத்தோழர்களும், மதுரையின் பல்வேறு சமூக அடுக்குகளின் மக்களும் சாரிசாரியாக வந்து குவிந்ததைப் பார்த்த பலரும் 'சாவதென்றால் நன்மாறனைப் போலச் சாக வேண்டும்' என்று பேசிக்கொண்டார்கள். நன்மாறனைப் போல் சாக, நன்மாறனைப் போல் வாழ்ந்தாக வேண்டும்.

ஒரே மூச்சில் உடனடியாகச் சாம்பலாகிவிட
நான் விரும்பவில்லை
எப்போதெல்லாம் சூரியன் அஸ்தமிக்கின்றானோ
அப்போது துண்டுதுண்டாக எனதுடலைத் தீயிட்டுக்
கொளுத்துங்கள்

என்ற உதாசியைப்போல நன்மாறனும், கொளுத்தப்படும் தனது சடலத்திலிருந்தும் சமூகத்திற்கான ஒளியும் வெம்மையும் கிடைத்துவிட வேண்டுமென்கிற கனவோடுதான் நேற்று எரிந்திருப்பார்.

ஜூனியர் விகடன்

கதைகளற்ற பால்யம் கொண்டவன் கதையெழுத வந்த கதை

தாத்தாவிடமும் பாட்டியிடமும் கதை கேட்டு வளர்ந்ததாகப் பீற்றாத ஆளில்லை. உண்மையில் அப்படி எல்லோருக்கும் வாய்க்கிறதா, என் வாழ்வில் அப்படியேதும் நடந்ததா என்று யோசித்துப் பார்க்கிறேன். எனக்குக் கதை சொல்ல வேண்டிய காலத்தில் எனது தந்தைவழிப் பாட்டியும் தாத்தனும் எங்கோ தொலைதூரத்து நெடுஞ்சாலை ஒன்றுக்காகத் தமது கேங் ஆட்களுடன் சேர்ந்து பெரும்பாறைகளை ஜல்லிகளாய் நொறுக்கிக்கொண்டிருந்தார்கள். தகிக்கும் வெயிலிலும் நடுங்கும் குளிரிலும் காலில் சாக்குச் சுற்றிக்கொண்டு தார் காய்ச்சி கொதிக்கக் கொதிக்கச் சாலையில் ஸ்பிரே செய்து அதன் மீது ஜல்லியை நிரவி ரோலரைவிட்டு மிதித்தழுத்திச் சமன் செய்து கொண்டிருந்தார்கள். பொழுதும் உழைத்த களைப்புடன் சாலையோரப் புளியமரத்தடியில் கூழையாக அமைத்திருந்த சாளைக்குள் உடம்பை நுழைத்துக்கொண்டு அடித்துப்போட்டாற் போலத் தூங்கி அதிகாலையில் எழுந்து இந்த அன்றாட வழமைக்குத் திரும்புவார்கள்.

உள்ளூர் வாரச்சந்தை என்றைக்கோ அன்றைக்குத்தான் இந்த வேலைக்காட்டில் வார ஓய்வு. அன்றைக்குக் கொத்துக்காரியான என் தாத்தம்மா (பாட்டி) வேலையாட்களுக்குப் பணப்பட்டுவாடா செய்துவிட்டு நேரமிருந்தால் வீட்டுக்கு வரும். அன்றைக்குப் பேசுவதற்கென்று பெரியவர்களுக்கு ஆயிரம் பழமைகள் இருக்கும். இந்த நேரக்கஷ்டத்தில் கதையாவது கத்திரிக்காயாவது! என்னை அருகில் அமர்த்திக்கொண்டோ அல்லது மடியில் கிடத்திக் கொண்டோ தலையை வருடிவிடுவதில் உணர்த்தப்பட்ட பாசத்தை விடவும் நெகிழ்வான கதையேதும் இருக்குமா என்பதறியேன். வேலைக்காடு அருகில் இருந்தால் நானங்கே சென்று ஓரிரு தடவைகள் தங்கியதுமுண்டு. அப்போதெல்லாம் தாத்தம்மா என்னிடம் நிறையப் பேசியதாக நினைவு. ஆனால், அதில் கதையேதும் இருந்ததாய் நினைவிலில்லை.

கிட்டத்தட்ட இதே நிலைதான் எனது தாய்வழிப் பாட்டிக்கும் தாத்தனுக்கும். அவர்கள் வேறு ஊரில் இருந்தார்கள். கால்பரீட்சை,

அரைப்பரீட்சை, முழுப்பரீட்சை லீவ் என்று எதுவாக இருந்தாலும் நான் போகுமிடம் அதுவாக மட்டுமே இருந்தது. அவர்களுடையது கூட்டுக்குடும்பம். நஞ்சை புஞ்சையென்று நிறக்க நிலமிருந்தது அவர்களுக்கு. ஐந்து குடும்பத்திலும் நிறைந்திருந்த ஆள்கள் போதாதென்று கூலிக்கு ஆளமர்த்தியாக வேண்டிய அளவுக்கான நிலம். பிறகு அவர்களுக்குள் பாகப்பிரிவினை செய்துகொண்டு தனிச்சமையல் தனிப்பண்ணையம் என்றாகிவிட்டாலும் நான் எல்லா வீட்டிலும் தின்று செழிக்கும் செல்லப்பிள்ளையாகத்தான் இருந்தேன்.

சர்க்கார் தோட்டி அல்லது தலையாரி எனப்படும் எனது தாத்தா அன்றாடம் அதிகாலையில் எழுந்து ஆட்டுப்பட்டிக்கும் மாட்டுப்பட்டிக்கும் சென்று அங்கு இராக்காவலில் படுத்திருக்கும் ஆள்காரர்களையோ குடும்பத்து இளவட்டங்களையோ எழுப்பிக்கொண்டு அந்த இடங்களைச் சுத்தம் செய்வார். காலை கரண்ட்டாக இருந்தால் தண்ணியெடுத்து விட்டு வயல்களுக்குப் பாய்ச்சுவார். வெயிலேறும் முன்பாக ஏர் பூட்டி உழவடிப்பார். பிறகு வீட்டாள்கள் எல்லோருக்கும் வேலை சொல்லிவிட்டுக் காலை 8 மணிக்கெல்லாம் முன்சீப்பையோ கர்ணத்தையோ பார்க்கக் கிளம்பிவிடுவார். பொழுதிருக்க வீடு திரும்புவது அபூர்வம். பெரும்பாலும் அவர் வந்துசேரும் நேரத்தில் நானெல்லாம் அரைத்தூக்கத்தில் இருப்பேன். என்னை எழுப்பி வாங்கிவந்த நொறுவாய்களைக் கொடுத்துத் தின்னடிப்பார். நான் வாங்கிவரச் சொல்லியனுப்பிய நொறுவாய் ஏதாவதொன்றை வாங்காமல் மறந்துவிட்டு வரும் நாளில், அந்தக் கடைக்காரன் செத்துப் போயிட்டான் என்று பொய் சொல்வதை அவரும் அதை நம்புவதை நானும் வழக்கமாய்க் கொண்டிருந்தோம். எந்நேரத்துக்கு வந்து சேர்ந்தாலும் பொடக்காலிக்குப் போய் தண்ணி வார்த்துக்கொண்டுதான் இராச்சாப்பாட்டுக்கு அமர்வார். பொழுதும் கண்ட அலுப்புக்கு அப்படித் தூங்குவார். அவர் மட்டுமல்ல, எனது சின்ன தாத்தாக்கள், மாமன்கள் கூட இப்படி நாள் முழுக்கச் சலிப்பின்றி உழைத்தே கிடப்பார்கள். ஏர் ஓட்ட, அண்டை கழிக்க, பார் பிடிக்க, பறம்படிக்க என விவசாய வேலைகளை ஓரளவுக்கு அங்கு அவர்கள்தான் எனக்குப் பழக்கினார்கள்.

தாத்தாக்களுக்கு இணையான வேகத்திலும் அளவிலும் பாட்டிகளுக்கும் சித்திகளுக்கும் மற்றாள்களுக்கும் வேலைகள் உண்டு. தொழுவத்தில் உள்ள பால்மாடுகளுக்குத் தீனிவைத்துக் கன்று விடுவது (பால் கறப்பதல்ல கன்றுவிடுவது – கன்று குடித்தது போக கறப்பார்கள்) காலையும் மாலையும் அவர்களது

வேலையாய் இருக்கும். மோர் சிலுப்புவது, பெரிய மொடாவில் கூழ் காய்ச்சுவது, வரகு/சாமை/ தினை/ கம்பு/ சோளம்/ அரிசி என ஏதாவதொன்றில் சோறாக்குவது, சொந்தத்தில் விளைந்த துவரை/ அவரை/ கொள்ளு/ காராமணி பருப்பில் சாறு காய்ச்சுவது, கீரை கடைவது என அடுப்படி வேலையே அவ்வளவு இருக்கும். அத்தனையும் செய்துவிட்டு வேலை நடக்கும் வயற்காடுகளுக்குக் கூழும் மோரும் சோறுமெடுத்துப் போவார்கள். இதில்லாமல் நாத்தெடுப்பு, பயிர்நடவு, களையலசல், கதிரறுப்பு, கதிரடிப்பு என அவர்களுக்கு நிமிர நேரமிருக்காது. பொழுதமர வீடு சேர்ந்தால் மறுபடியும் அடுப்படி. வயக்காட்டிலும் களத்துமேட்டிலும் அடுப்படியிலுமான இந்த வேலைகளில் பெண்களுக்குள் சீரான ஒரு வேலைப்பிரிவினை இருக்கும். அத்தனையும் முடித்து அவர்கள் ஆற அமர உஸ்ஸோன்னு ஓய்ந்து உட்கார்கிறார்களென்றால் அது சாப்பிடும் நேரம் மட்டும்தான். மொதக்கோழி கூப்பிடும் போது ஆம்பிளைகளுக்கு முன்பாக எழுந்து வாசல் தெளித்து, தண்ணிதளுப்பு எடுத்து அன்றைக்கான வேலையைத் தொடங்கும் இவர்களின் கெடுபிடியான நிகழ்ச்சிநிரலில் எனக்குக் கதை சொல்வதற்கெல்லாம் அவர்களுக்கு ஏது நேரம்?

எங்கள் குடும்பம் வேறொரு மாவட்டத்திலிருந்து இடம்பெயர்ந்து இப்போதுள்ள இடத்திற்கு வந்து நிலம் வாங்கி - நிலத்திலேயே ஒண்டிக்கொட்டாயில் - குடியமர்ந்தது. சொந்தபந்தங்கள் என்று அருகாமையில் யாருமில்லை. எப்போதேனும் அரிதாக உறம்பரைகள் வந்து செல்வதுண்டு. மற்ற நாள்களில் எதுவானாலும் எங்கள் குடும்பத்திற்குள் பேசிக்கொண்டால் உண்டு. அண்டை அயலாருடன் பேசிப் பழக அதற்கேயானதொரு காலம் தேவையாக இருந்தது. அப்போதும் கூட யாரும் கதைகள் சொன்னதாக எனக்கு நினைவில்லை.

இப்போது திரும்பிப்பார்த்தால் கதை என்று அவர்கள் நேரடியாக எதையும் சொல்லவில்லை தான். ஆனால், அவர்களது வாழ்க்கை எனக்கு ஆயிரம் கதைகளைச் சொல்வதாக இருக்கிறது. அந்த ஆயிரம் கதைகளில் ஒன்றையாவது நான் இதுகாறும் உருப்படியாய் எழுதியிருக்கிறேனா என்று இப்போதுதான் தீவிரமாக யோசிக்கிறேன். கதைகளற்றதாகக் கழிந்தது எனது பால்யம் என்பதே கூட விரிவாகச் சொல்லப்பட வேண்டிய ஒரு கதைதான். என்னிடம் சொல்வதற்கென்றே இவர்கள் தமது நினைவுச் சேகரத்தில் வைத்திருந்து சொல்லாமலே போய்விட்ட கதைகளுக்கு என்னதான் நேர்ந்திருக்கும் என்று எழுதிப் பார்ப்பதும் இதேயளவுக்குத் துயரார்ந்த மற்றொரு கதைதான். ஆனால், இதையெல்லாம் எழுதாமல் முதன்முதலில் 'ஃப்ளாஷ்' என்றொரு கதையை எழுதினேன்.

வீட்டு விசேடங்களில் நமது உறவினர்களிலேயே வசதி குறைவானவர்களை நாம் எவ்வாறு புறக்கணிக்கிறோம், அதனால் அவர்களுக்கு ஏற்படும் அவமானத்தையும் மன உளைச்சலையும் பொருட்படுத்தாமல் எப்படி ஜம்படித்துக்கொண்டு கொண்டாட்டங்களில் மூழ்கித் திளைக்கிறோம் என்பதையும் பற்றியது அக்கதை. அது யாரையோ குத்திக்காட்டுவதற்காக எழுதியிருப்பதாகத் தோன்றியபோது அதற்காகவெல்லாம் ஒரு கதையை எழுத வேண்டுமா என்று என்னையே கேட்டுக் கொண்டேன்.

தொழிலாளி ஒருவர் காலையில் பணிக்குச் சென்று கொண்டிருந்தபோது விபத்தில் சிக்கி இறந்து போனார். உயிரோடிருக்கும் வரை அவரது உழைப்பை ஒட்டச் சுரண்டிய தொழிற்சாலை நிர்வாகம் இறந்துவிட்ட அவருக்கு முறையான அஞ்சலியைக் கூடத் தெரிவிக்கவில்லை என்பதை மையப்படுத்தி 'அவர்கள் அவர்களேதான்' என்றொரு கதையை எழுதினேன். அது பிரசுரமுமாகிவிட்டது. நடந்த கொடூரத்தை அப்படியே அச்சுஅசலாகப் படம்பிடித்து விட்டீர்கள் என்று சிலர் பாராட்டிய போதுதான், அது அந்த விபத்தைப் பற்றிய துல்லியமான வர்ணனைதானே தவிர கதையல்ல என்கிற தெளிவு கிடைத்தது. அதன் பிறகு எழுதிய 'சிதைவுகள்' கதை *செம்மலர்* போட்டியில் பரிசு பெறவில்லையானாலும் பிரசுரிப்பதற்குத் தேர்வானது.

விவசாயக் குடும்பத்துப் பிள்ளைகளுக்கான நொறுவாய், அவர்களது வெள்ளாமைத் தானியங்கள்தான். ஊறவைத்த பச்சரிசி, முளை கட்டிய கம்பு, சோளப்பொரி, வறுத்த வேர்க்கடலை, வேகவைத்த குச்சிக்கிழங்கு, பயித்தமாவு உருண்டை, தாளிச்ச பயறுகள், கேழ்வரகு மாவு ரொட்டி என்று பருவத்துக்கும் வசதிக்கும் தக்கினதாக மாறும். எதுவும் இல்லாதபோது தெள்ளிய நயம் தவிட்டை வறுத்து வெல்லம் சேர்த்து உருண்டை பிடித்துத் தருவோருமுண்டு. இப்படியான எதுவுமில்லாத வீடொன்றில் சிறுமியொருத்தி, அம்மா வயல்வேலைக்குச் சென்றிருந்த சமயத்தில் பசியாற்றிக்கொள்ள ஏதும் கிடைக்குமா எனத் தேடுகிறாள். அடுக்களைப்பானைகளை உருட்டி அதிலொன்றில் கம்பு இருப்பதைக் கண்டறிகிறாள். பூச்சியரித்துவிடக் கூடாதென்று பூச்சிக்கொல்லிப்பொடி கலந்து வைக்கப்பட்டிருந்த விதைக்கம்பு என்பதை அறியாமல் தின்னும் அந்தச்சிறுமி பற்றிய கதை அது. சற்றே கவனம் பெற்றது என்றாலும் கதையென நான் உருவகித்து வைத்திருந்ததை எழுத்தாக்கியதில் மனம் நிறைவு கொள்ளவில்லை போல, கதை எழுதுவதைத் தொடராமல் மளாரெனக் கவிதைப்பக்கம் போய்விட்டேன்.

பிறகென்னவோ ரொம்பநாள் கழித்து ஒரு தீவிரத்தில் எழுதிய ‘அன்னய்யா’, அடுத்தடுத்துப் பல கதைகளை எழுதுவதற்கான உந்துதலாகிப் போனது. இடம், காலம், மாந்தர்கள், அவர்களது மனவோட்டங்கள், தர்க்கம் எனக் கதையின் மூலகங்களும் அவற்றின் சேர்மான விகிதமும் இந்தக் கதையில்தான் எனக்குப் பிடிபட்டது என்கிற தன்கணிப்பு எனக்குண்டு. அரசு மருத்துவமனையின் பிணக்கிடங்கில் சடலக்கூறாய்வெனப் பிணமறுத்துக்கொண்டிருந்த அன்னய்யா என்கிற தொழிலாளியின் உழைப்பில் ஒய்வறியா உழைப்பாளிகளாகிய எனது முன்னோர்களின் சாயலை ஒருவேளை என் மனம் கண்டுகொண்டிருக்கலாம். அவர்களை எழுதக் காத்திருந்த என் மனம், அன்னையாவை எழுதித் தொடங்கிவைத்த புதுக்கணக்கு இன்றும் தொடர்கிறது.

சிறுகதை காலாண்டிதழ்

அதிகாரத்தைப் பற்றிய உண்மைகளைப் பேசுவோம்

"அதிகாரத்தை நோக்கி உண்மையைப் பேசு எனக் கூறுவது இப்போது தேய்வழக்காகிப் போனது. அதிகாரத்தைப் பற்றிய உண்மைகளைப் பேசுவதே இங்கு தேவையாக இருக்கிறது" என்கிறார் ஊடகவியலாளர் பி.சாய்நாத். மக்களிடமிருந்து அதிகாரத்தைப் பெற்றுக்கொண்டவர்கள் அவ்வதிகாரத்தை மக்களுக்கு எதிராகவே ஏவும் கொடூரத்தைத் துணிவுடன் அம்பலப்படுத்துவதற்கான ஓர் அறைகூவல் இது. இந்த அறைகூவலுக்கு ஓர் எளிய செயல்விளக்கமாக அமைந்துவிட்டது 2022 ஜனவரி 15 அன்று ஜீ தமிழ் தொலைக்காட்சியில் வெளியான சிறார் நிகழ்ச்சியொன்று.

'ஜூனியர் சூப்பர் ஸ்டார் சீசன் 4' என்ற அந்நிகழ்ச்சித் தொடரில் பங்கெடுத்த இரண்டு சிறார்கள் இம்சை அரசன் 23ஆம் புலிகேசியையும் அவனது மங்குனி அமைச்சனையும் நினைவூட்டும் விதமான தோற்றத்தில் வந்து தமக்குள் ஓர் உரையாடலை நிகழ்த்துகின்றனர். கறுப்புப்பண ஒழிப்பு, பணமதிப்பிழப்பு, ஊதாரித்தனம், பொதுத்துறை நிறுவனங்களை விற்பது என நாட்டின் நலனுக்கு விரோதமாகச் செயல்படும் மன்னன் அக்கெடுவழியில் மேலும் செல்லும் விருப்பத்தை வெளிப்படுத்துவதும் அதை அமைச்சன் தடுக்க முற்படுவதுமான உரையாடல் நிகழ்த்தப்படுகையில் அரங்கமே ஆரவாரித்திருக்கிறது. அந்நேரத்துப் பார்வையாளர்களும் கூட அதேயளவுக்கு நகைப்புடன் ரசித்துவிட்டு அடுத்த சேனலுக்கு ரிமோட்டை அழுத்திக் கடந்து போயிருப்பார்கள். ஆனால், அப்படி நிகழாவண்ணம் தடுத்து இந்நிகழ்வை ஒட்டுமொத்த சமூகத்தின் கவனத்திற்குக் கொண்டுவந்து பெரும் பேசுபொருளாக்கிய பெருமை தமிழக பாஜக தலைவர் அண்ணாமலையையே சாரும்.

போலீஸ்துறையில் இருக்கும்போது அரசியல்வேலையும் இப்போது அரசியல் களத்தில் போலீஸ்வேலையும் செய்துவருகிற மேற்படி அண்ணாமலை, இந்த நிகழ்ச்சி பிரதமரின் மாண்பைக் குலைப்பதாக இருக்கிறதென்றும் அதற்காக இந்நிகழ்வில் தொடர்புடைய அனைவரும் நிபந்தனையற்ற மன்னிப்புக் கேட்க வேண்டும் என்று கதற ஆரம்பித்தார். அதன்பிறகுதான் 'அடடா

அப்பேர்ப்பட்ட அரிய நிகழ்ச்சியை எப்படித் தவறவிட்டோம்' என்ற அங்கலாய்ப்புடன் தமிழ்ச் சமூகம் விழுந்தடித்துப் பார்த்துப் பரவலாக்கியது. நமது பன்மொழிப்பாவலர்கள் அவசரடியாகப் பல்வேறு மொழிகளுக்கும் மொழிமாற்றிக் கொண்டாட்டத்தை உலகளாவியதாக்கிவிட்டார்கள். குடிமக்கள் எவ்வாறு வாழ்கிறார்கள் என்பதுதானே ஒரு பிரதமருக்கு மாண்பு. ஆனால் அறியாப்பிள்ளைகளின் ஐந்துநிமிட நிகழ்ச்சியினாலேயே பிரதமரின் மாண்புக்குப் பங்கம் நேர்ந்துவிடும் என்றால் அது என்ன மாண்பு என்றெல்லாம் கேள்விகள் சுழன்றன. அதன் பிறகும் அடங்காத அண்ணாமலையும் அவரது கூட்டாளிகளும் இந்நிகழ்வு குறித்து ஜீ தமிழ் தொலைக்காட்சியிடம் விளக்கம் கேட்கும்படி ஒன்றிய தகவல் ஒளிபரப்புத்துறை அமைச்சகத்திடம் புகார் செய்தார்கள். அந்த அமைச்சகமோ பாரதிய ஜனதாவின் தகவல் ஒளிபரப்புத்துறையாகத் தரமிறங்கி அந்தப் புகாரின் தூண்டுதலில் ஜீ தொலைக்காட்சியிடம் விளக்கம் கேட்டுக் கடிதம் அனுப்பியுள்ளது.

இந்தப் புகார் மற்றும் விளக்கம் கோரும் கடிதத்தின் சாரமும் தொனியும் அப்பட்டமான ஜனநாயகவிரோதமானவை. நிகழ்த்துனர்களாகிய சிறார்கள் மோடியின் பெயரையோ அல்லது இந்தியாவையோ நேரடியாக எங்கும் குறிப்பிடவில்லை; அப்படியே நேரடியாகக் குறிப்பிட்டுச் சொல்லியிருந்தாலும் அது நாட்டுநடப்புப் பற்றிய விமர்சனம்தானேயன்றி அதில் அவதூறு ஏதுமில்லை. பெண் ஊடகவியலாளர்கள், சமூகச் செயற்பாட்டாளர்கள், ஆய்வாளர்கள் மீது அவதூறு செய்வதற்கு உரிமை கோரும் அண்ணாமலைகள், அரசினை விமர்சிப்பதற்குக் குடிமக்களுக்குள்ள உரிமையினை மறுக்க முனைவதற்கு எதிராக ஊடகங்களிலும் ஊடகங்களுக்கு வெளியேயும் விவாதம் சூடுபிடித்தது. உடனே விமர்சனம் செய்யுங்கள், ஆனால் குழந்தைகளை வைத்து ஏன் செய்கிறீர்கள் என்று திசைதிருப்பினார்கள். குழந்தைகளைச் சங்கிகள் தமது கெடுதியான நோக்கங்களுக்குப் பயன்படுத்தும்போது குழந்தைகளை வைத்து இப்படி விமர்சிப்பதில் என்ன தவறு என்று ஏட்டிக்குப் போட்டியாக வாதிடுவது அர்த்தமற்றது. குழந்தைகள் நடப்பு உண்மைகளைத் தம் சொந்தக்கண் கொண்டு பார்த்து அவற்றின் மீது கருத்து சொல்லும் வல்லமையும் கூருணர்வும் கொண்டவர்கள் என்பதை நிறுவியதும், விளக்கம்தானே கேட்டிருக்கிறோம், நடவடிக்கையா எடுத்துவிட்டோம் என்று மழுப்புகிறார்கள்.

ஏழரையாண்டுகால மோடி ஆட்சியின் ஏழரைகளுக்கு எதிரான விமர்சனங்களை எதிர்கொள்ளமுடியாத பாஜகவினர்

தங்களது அரட்டல்மிரட்டல் அராஜகத்தால் மக்களின் குரலடக்கப் பார்க்கிறார்கள். ஒன்றிய இணையமைச்சராக முருகன் பொறுப்பேற்றதும் ஆறே மாதத்தில் ஊடகங்களை எங்களது கட்டுப்பாட்டிற்குள் கொண்டுவந்துவிடுவோம், நாங்கள் ஆட்சியிலிருக்கும் 17 மாநிலங்களின் போலீஸை வைத்துத் தமிழ்நாட்டின் மாற்றுக்கருத்தாளர்களை ஒடுக்குவோம் என்றெல்லாம் கடந்த நாட்களில் கொக்கரித்துவந்ததன் தொடர்ச்சியில்தான் அண்ணாமலை இப்போது சிறார்களிடம் மல்லுக்கு நிற்கிறார். சிறுவர்கள்தான் தனக்குச் சமதையானவர்கள் என்று அவர் வேண்டுமானால் நினைத்துக்கொள்ளலாம். ஆனால், அந்தச் சிறுவர்கள் அதை ஏற்க வேண்டுமே!

செம்மலர், 2022 பிப்ரவரி

இந்துத்துவத்திற்கு எதிரான போரில் முன்னணிப் படையாய்

மாணவப் பருவந்தொட்டே மார்க்சிஸ்ட் கட்சியில் இணைந்து செயல்பட்டு வந்திருந்தாலும் இந்த நாற்பதாண்டு கால கட்சி வாழ்க்கையில் கட்சியின் மாநாடொன்றில் பிரதிநிதியாகப் பங்கேற்றது கண்ணூரில் 2022 ஏப்ரல் 6–10 வரை நடைபெற்ற 23ஆவது அகில இந்திய மாநாட்டில்தான். திருவனந்தபுரம் (1989), சென்னை (1992), கோவை (2008) அகில இந்திய மாநாடுகளின் நிறைவுநாள் பேரணியிலும் பொதுக்கூட்டத்திலும் ஓசூரிலிருந்து தோழர்களுடன் வந்து பங்கெடுத்துப் போயிருந்தாலும் ஒரு பிரதிநிதியாகப் பங்கெடுத்தது உத்வேகமூட்டும் அனுபவமே.

ஏப்ரல் ஆறாம் நாள் அதிகாலை 5 மணிக்குக் கண்ணூர் ரயில்நிலையத்தில் இறங்கிய எங்களை வாழ்த்தி முழக்கமிட்டு வரவேற்றது தொடங்கி மாநாட்டிற்கு மறுநாள் எங்களை ரயிலேற்றி அனுப்பிவைக்கும் வரை அக்கறையும் தோழமையும் உதவும் மனப்பாங்கும் கடமையுணர்வும் நிறைந்த கேரளச் செந்தொண்டர்களால் சூழப்பட்டிருந்தோம். செந்தொண்டர்கள் மட்டுமல்ல, மாநாட்டரங்கினைக் காண்பதற்காக ஆயிரக்கணக்கில் எந்நேரமும் திரண்டிருந்த பொதுமக்களும் தோழர்களும் கூட பிரதிநிதிகளை அவ்வளவு மரியாதையாக நடத்தினார்கள். கட்டுக்கடங்காத அந்தக்கூட்டம் ‘டெலிகேட்’ என்கிற ஒற்றைச்சொல்லுக்கு மதிப்பளித்து அப்படியே இருவாகாய்ப் பிளந்து கட்டுப்பாட்டுடன் வழிவிட்டு `லால் சலாம், ரெட் சல்யூட்’ முழக்கத்துடன் அனுப்பி வைக்கும் பாங்கினை அவ்விடத்தைக் கடக்கும் ஒவ்வொரு முறையும் உணர்ந்தோம். தங்களது பணியைச் செய்வதற்காகப் பிரதிநிதிகளை எவ்வித இடையூறுமின்றி அனுப்பிவைத்தாக வேண்டும் என்கிற புரிதலுடன் அவர்கள் தந்த அந்த மரியாதை சற்றே கூச்சத்தை உண்டுபண்ணியது.

வரவேற்பு, தங்குமிடம், உணவு, போக்குவரத்து, மருத்துவம், பாதுகாப்பு என ஒவ்வொன்றிலும் திட்டமிட்டபடி குறித்த நேரத்தில் பிசகின்றி நடக்கும்படியான, நுட்பமான முன்தயாரிப்பு.

மாநாட்டு அரங்கம் முழுவதும் பெண் தொண்டர்களின் பொறுப்பில் விடப்பட்டிருந்தது. இவர்களில் அநேகரும் பள்ளிப் பருவத்தினர். தங்களுக்கென ஒதுக்கப்பட்ட பகுதியில் உள்ள பிரதிநிதிகளை தோழமை கனிந்த முகத்துடன் உபசரித்ததிலும் மாநாட்டு தலைமைக்குழு விவாதத்திற்கென அவ்வப்போது தரும் அறிக்கைகள், தீர்மானங்கள், திருத்தங்கள் ஆகியவற்றை உடனுக்குடன் கொண்டு சேர்த்த வேகத்தினாலும் பிரதிநிதிகளின் அன்பிற்குரியவர்களாகிப் போனார்கள். மாணவப் பருவத்திலேயே மிகப்பெரும் அரசியல் பணிகளில் ஈடுபடத் தயாராகிவிட்ட அந்த இளம்தோழர்களுடன்தான் பிரதிநிதிகள் அதிகப்படியாக புகைப்படம் எடுத்துக்கொண்டார்கள்.

❍

கடந்த மாநாட்டிற்குப் பிறகான கட்சியின் நிலைப்பாடுகளையும் செயல்பாடுகளையும் பரிசீலிக்கவும் அடுத்த மாநாடுவரைக்குமான உடனடி மற்றும் தொலைநோக்கு இலக்கினை நிர்ணயிக்கவும் நாடு முழுவதுமுள்ள 985757 உறுப்பினர்களின் சார்பாக தேர்ந்தெடுக்கப்பட்ட 729 பிரதிநிதிகளும் 78 பார்வையாளர்களும் கூடிய மாநாடு இது. இந்த ஐந்து நாட்களும் எங்களின் பெரும்பகுதியான நேரமும் கவனமும் 2022 ஜனவரியில் கட்சியின் மத்தியக் குழுவில் நிறைவேற்றப்பட்ட அரசியல் தீர்மானத்தின் வரைவறிக்கை, 2022 மார்ச்சில் மத்தியக் குழுவில் நிறைவேற்றப்பட்ட அரசியல் மற்றும் அமைப்பறிக்கை ஆகியவற்றின் மீதான விவாதத்திற்குத்தான் ஒதுக்கப்பட்டிருந்தது.

மார்க்சீய லெனினிய அடிப்படையில் வெகுமக்களுடன் வலுவான பிணைப்பினைக்கொண்ட ஒரு புரட்சிகரக் கட்சியாக வலுப்படுத்திக் கொள்வது, இளைஞர்களையும் பெண்களையும் கட்சிக்குள் திரட்ட தனிக்கவனம் கொள்வது, சாதி மற்றும் பாலினம் சார்ந்த பாகுபாடுகளுக்கும் ஒடுக்குமுறைகளுக்கும் எதிரான போராட்டங்களைக் கட்டாயம் நடத்துவது – இப்போராட்டங்களைப் பொருளாதார ஒடுக்குமுறைக்கு எதிரான போராட்டங்களுடன் இணைப்பது, அந்நிய வர்க்கக் கருத்துகளுக்கு எதிரான கருத்தியல் போராட்டத்தை உறுதியுடன் மேற்கொள்வது, கல்கத்தா சிறப்பு மாநாட்டின் வழிகாட்டுதல்படி கட்சி உறுப்பினர்களின் தரத்தை உயர்த்துவது, இடது மற்றும் ஜனநாயகச் சக்திகளை அணிதிரட்டுவது, இந்துத்வாவை முறியடிப்பது — என நாட்டின் சமூக அரசியல் பொருளாதாரப் பண்பாட்டுத்தளங்களில் கட்சியின் செயல்பாட்டையும் செல்வாக்கையும் விரிவுபடுத்துவதற்கான கள அனுபவங்களையும் கருத்தியல் தெளிவினையும் கொண்டதாக இருந்தது இவ்விவாதம்.

கட்சி உறுப்பினர்களின் வர்க்க மற்றும் சமூகப்பின்புலச் சேர்மானம் கட்சியின் எல்லா மட்டங்களிலும் உள்ள தலைமைக்குழுக்களில் பிரதிபலிக்க வேண்டும் என்று கல்கத்தா சிறப்புமாநாட்டின் வழிகாட்டுதலைக் கடந்த மாநாட்டில் செயல்படுத்த முடியவில்லை என்று சுயவிமர்சனமாக ஒப்புக்கொண்டுள்ள இந்த மாநாட்டின் அமைப்பறிக்கை இந்த விடுபடலை நேர்செய்யும் வழிகாட்டுதலை முன்வைத்துள்ளது. கட்சியின் உறுப்பினர்களில் பெரும்பாலானவர்கள் தொழிலாளிகள், ஏழை விவசாயிகள் மற்றும் விவசாயத் தொழிலாளர்கள், சமூகப் புறக்கணிப்புக்கு ஆளானவர்களாக இருக்கும் நிலையில் இவர்களின் எண்ணிக்கைக்கு ஏற்ற விகிதத்தில் தலைமைப் பொறுப்புகளில் இவர்களின் பிரதிநிதித்துவம் உறுதிசெய்யப்பட வேண்டும் என்கிற முன்மொழிவினை மாநாடு ஏற்றுக்கொண்டுள்ளது. புதிய மத்தியக் குழுவுக்கும் அரசியல் தலைமைக்குழுவுக்குமான முன்மொழிவில் இந்த வழிகாட்டுதல் உள்ளுறையாக இருப்பதைக் காணமுடியும். அரசியல் தலைமைக்குழு உறுப்பினர்கள் ஒவ்வொருவரையும் அறிமுகப்படுத்திக்கொண்டே வந்த பொதுச்செயலாளர் சீதாராம் யெச்சூரி அந்தவரிசையில் தோழர் ராமச்சந்திர டோம் பெயரை அறிவித்துவிட்டு "மார்க்சிஸ்ட் கட்சியின் வரலாற்றில் ஒரு தலித் அரசியல் தலைமைக்குழுவில் இடம்பெறுவது இதுவே முதல்முறை..." என்கிற தனிக்குறிப்பைச் சொன்னதற்கான பின்புலம் இதுதான். இந்தப் பின்புலத்தை அறியாமலும் கட்சியின் ஆவணங்களையும் முடிவுகளையும் உள்வாங்காமலும் வெளியே குதிக்கிற தூயவர்க்கவாதிகளும் வறட்டிழுப்பர்களும் பொதுச்செயலாளரை "கரெக்ட் செய்து லைனுக்கு இழுத்துவந்து நிறுத்த" மல்லுக்கட்டினார்கள் என்பது நகைப்புக்குரிய தனிக்கதை.

1964ஆம் ஆண்டு கட்சி தொடங்கப்பட்டதிலிருந்து முன்னெப்போதும் எதிர்கொள்ளாத பல கடும் சவால்களை கட்சி இப்போது எதிர்கொள்கிறது. கட்சியின் வலுவான தளங்களாகவும் ஆட்சிப்பொறுப்பிலும் இருந்தவற்றில் மேற்குவங்கத்தையும் திரிபுராவையும் இக்காலத்தில் இழந்து கேரளத்தை மட்டுமே தக்கவைத்துக்கொள்ள முடிந்திருக்கிறது. தொடர்ந்து ஏறுமுகமாக இருந்துவந்த உறுப்பினர் எண்ணிக்கையானது கடந்த மாநாட்டிற்குப் பிறகு தீரமிக்கப் போராட்டங்கள் பலமுனைகளில் நடந்திருந்தபோதும் உறுப்பினர் எண்ணிக்கையில் 3.86 சதவீதம் தற்போது குறைந்திருக்கிறது. அமைப்பு ரீதியான இந்தப் பலவீனங்களைச் செயல்பாடுகளின் வழியே களைவதற்கு இம்மாநாடு வழிகாட்டியுள்ளது.

வரலாற்றின் கொடுங்கோலாட்சிகள் அனைத்தும் கையாண்டதை விடவும் கொடிய ஒடுக்குமுறைகளை இந்திய மக்கள் மீது ஏவி, இந்தியக் குடியரசை ஓர் இந்துத்துவ நாடாகச் சீரழித்திட பாஜக – ஆர்எஸ்எஸ் மேற்கொண்டிருக்கும் இழிமுயற்சிகளை முறியடிக்கக் கட்சி தன்னாலான அனைத்து வழிகளிலும் போராடும் என்கிற உறுதியை மாநாடு வெளிப்படுத்தியுள்ளது.

❍

மாநாடு முடிந்து மறுநாள் – 11.04.2022. கம்யூனிஸ்ட் இயக்கத்தின் தியாக வரலாற்றிற்கு என்றென்றும் அனலேற்றும் கய்யூர் தியாகிகளுக்கு வீரவணக்கம் செலுத்திடக் கய்யூர் சென்றோம். கண்ணூரிலிருந்து காசர்கோடு செல்லும் அவ்வழி நெடுகிலும் தென்படும் எந்தவோர் ஊரும் செங்கொடியால் அலங்கரிக்கப்பட்டு மாநாட்டுச்செய்தி அவ்வூர் மக்களுக்கும் அவ்வழியே கடப்பவர்களுக்கும் தெரிவிக்கப்பட்டிருந்தது. ஓர் ஊரின் அலங்காரம் போல் மறுஊரில் இல்லை. அந்தளவுக்குக் கலையம்சத்திலும் அரசியல் வெளிப்பாட்டிலும் ஒன்றையொன்று விஞ்சும் விதமான அலங்காரம். ஒருமுகப்படுத்துவது அல்லது மையப்படுத்தவது என்றில்லாமல் உள்ளூர்த் தோழர்கள் தமது கட்சியின் மாநாட்டுச் செய்தியை எப்படியெல்லாம் மக்களுக்குக் கொண்டு சேர்க்க வேண்டுமென்று கற்பனை செய்திருந்தார்களோ அப்படியெல்லாம் வெளிப்படுத்தியிருந்தார்கள். அவர்களது படைப்பூக்கம் கட்டுத்தளையின்ற சுதந்திரமாக வெளிப்பட்டதன் காரணமான அந்த நெடுஞ்சாலையின் இருமருங்கும் நீண்டதோர் ஓவியத்திரைச்சீலை போல, சிற்பக்கூடம் போல காட்சியளித்தது. மாநிலத்தில் உள்ள 36,649 கட்சிக் கிளைகளும் இத்தகையப் பணிகளை மேற்கொண்டிருப்பதைப் பயணத்தினூடாக அறிந்து கொள்ள முடிந்தது. கட்சிக் கிளையின் ஒவ்வோர் உறுப்பினரும் தன் பகுதியிலுள்ள 10 வீடுகளின் நலன்களில் கவனம் செலுத்தும் பொறுப்பினை ஏற்றுக்கொண்டுள்ள கேரளத்தில், அகில இந்திய மாநாடானது மக்களின் திருவிழாவாக மாறிவிட்டிருந்தது.

திரும்பும் வழியில் கட்சியின் கண்ணூர் மாவட்டக்குழு அலுவலகத்திற்குச் சென்றோம். தென்னை, மா, பலா மரங்கள் அடர்ந்த ஒரு வளாகத்திற்குள் இருந்த அந்த அலுவலகத்தின் முகப்பினைக் கண்ணூர் மாவட்டத் தியாகிகளின் பெயர்களைத் தாங்கிய பலகைகள் அலங்கரிக்கின்றன. ஆண்டுவாரியாகத் தொகுக்கப்பட்டு வரும் அப்பட்டியலில் இதுவரைக்குள்ளாகவே இருநூறுக்கும் மேற்பட்ட தியாகிகள் இடம்பெறுமளவுக்கு அங்கு களப்போராட்டங்கள் நடந்துவருகின்றன.

❍

கேரளச் சமூகத்தைப் பீடித்திருந்த பிற்போக்கு நிலைகளிலிருந்து மக்களை விடுவிக்கப் போராடிய ஆளுமைகளையும் அமைப்புகளையும் போராட்டங்களையும் மரபுகளையும் தனது முன்னோடியாக கம்யூனிஸ்ட் இயக்கம் அங்கு ஏற்றுத் தனதாக்கிக்கொண்டிருப்பதைத்தான் வரலாற்றுக் கண்காட்சியும் விளம்பரப் பதாகைகளும் நமக்குத் தெரிவிக்கின்றன. அதனால்தான் நாராயணகுருவும் அய்யங்காளியும் மாப்ளா முஸ்லிம்களின் தலைவர்களும் தோள்சீலைப் போராட்டத்தின் தலைவிகளும் கண்காட்சியில் இடம்பெற்றிருக்கிறார்கள். கண்காட்சியில் இடம் பெற்றக் கேரளத்தின் நாட்டார் தெய்வங்களின் சிற்பங்களில் ஒன்றைக்காட்டி "யார் பசியோடு இருந்தாலும் வேட்டையாடி பசியைப் போக்கும் அரும்பணியைச் செய்துவந்த இவரை நாம் ஏன் சாமி என்று அந்தப்பக்கம் தள்ளிவிட வேண்டும்? நிச்சயமாக இவர் அந்தக் காலத்தின் கம்யூனிஸ்ட், நம்மவர் தானே" என்று உள்ளூர் தோழர் ஒருவர் சொன்ன விளக்கம் பல புதிய கேள்விகளையும் பழங்கேள்விகள் பலவற்றுக்கான பதிலாகவும் இருந்தது. "இந்தச் சமூகம் எங்களுடையது, இதை நாங்கள் விரும்பும் வண்ணம் மாற்றியமைக்க உரிமையுள்ளவர்கள்" என்று உரிமை கோருகிற எந்தவொரு கேரளீயரும் கம்யூனிஸ்டாக இருக்கிறார் அல்லது கம்யூனிஸ்ட் கேரளீயராகவும் இருக்கிறார்; இது கம்யூனிஸ்ட்கள் சர்வதேசவாதிகள் என்பதற்கு எவ்வகையிலும் முரணானதில்லை என்பதும் மாநாட்டிற்குப் போய்வந்ததில் நான் பெற்றுக்கொண்ட முக்கியச் செய்திகளில் ஒன்று.

செம்மலர், மே 2022

போனி டெய்லும் பொடக்கழுத்தும்

பெண்ணின் தோற்றத்தைக் கட்டுப்படுத்துவதன் மூலமாகத்தான் ஒரு சமூகத்தின் ஒழுக்கத்தைக் காக்கமுடியும் என்கிற கற்பிதத்தைப் பரப்பும் பழமைவாதிகள் உலகெங்கும் நகைக்கத்தக்கக் கருத்துகளை வெளிப்படுத்துகிறார்கள். துப்பட்டா போடுங்க தோழி என்பது மாதிரியான அட்வைஸ் கோஷ்டிகள் ஜப்பானிலும் இருக்கிறார்கள். அங்கு இப்போது வந்துள்ள குதர்க்கமான ஒரு தடையறிவிப்பு: குதிரைவால் சடை (போனி டெய்ல்) போடுவதால் வெளித்தெரியும் மாணவிகளின் புறங்கழுத்துப் பகுதி மாணவர்களின் கவனத்தைச் சிதறடித்துப் பாலிச்சையைத் தூண்டி விடுகிறதாம். இதனால் மாணவிகளுக்கு ஏற்படவிருக்கும் ஆபத்தைத் தடுக்கும்பொருட்டு, மாணவிகள் இனிக் குதிரைவால் சடையுடன் கல்வி வளாகத்திற்கு வரக்கூடாது என அந்நாட்டு அரசு தடைவிதித்துள்ளது. பெண்களை எப்படிப் பார்க்கவேண்டும் என்று ஆண்களைப் பயிற்றுவிக்கிற ஏற்பாடு அங்கும் இல்லை போல.

சென்னை நுங்கம்பாக்கம் சாஸ்திரி பவனில் தேசிய மகளிர் தினத்தை முன்னிட்டுக் கல்லூரி மாணவர்களுக்கான ஒரு நாள் ஊடகப் பயிற்சி முகாமை 11.03.2022 அன்று புதுச்சேரி துணை நிலை ஆளுநர் தமிழிசை சௌந்தரராஜன் துவக்கிவைத்து உரையாற்றியிருக்கிறார். அவர் தனது பேச்சில் “ஞ்நாகரீக உடைகள் உடுத்துவதில் கவனம் வேண்டும். மற்றவர்களுக்கு முகம் சுளிக்கும் வகையில் உடை அணியக்கூடாது. உடையில் கட்டுப்பாடு என்பது இருக்க வேண்டும். நமக்கு மகிழ்ச்சியாக இருக்கிறது என்று செய்வதற்குச் சுதந்திரம் இருக்கிறது என்பதுபோல், மற்றவர்களுக்கும் அதே சுதந்திரம் உள்ளது என்பதை உணரவேண்டும்ஞ் நன்றாகப் படிக்க வேண்டும், சாதனை செய்வேன், மேலும் வளர்ச்சி அடைவேன் என்பதுதான் உரிமையே தவிர, என் இஷ்டத்திற்கு உடை உடுத்துவேன் என்பது பெண் உரிமை இல்லைஞ்” என்றெல்லாம் அறிவுரையை வாரி இறைத்துள்ளார்.

ஹிஜாப் தடைக்கு எதிராக வலுவடைந்த கருத்துகளால் எரிச்சலுற்று அதற்கு மறைமுகமாகப் பதில் சொல்வதாக

நினைத்துக்கொண்டு பேசக் கிளம்பி மனதிற்குள்ளிருக்கும் மநுவியாதி இப்படி வெளியே தெரிந்துவிட்டதா? எந்நிலையிலும் யாதொரு விசயத்திலும் மனிதர்களுக்குள் சமத்துவத்தை ஏற்காத மநுஸ்மிருதியை உயர்த்திப் பிடிக்கும் இந்துத்துவக் கருத்தியலின் அடிமையாய் இவ்வளவு காலமும் இருந்து அதற்கு வெகுமானமாக ஆளுநர் பதவியைப் பெற்றுள்ள தமிழிசை இவ்வாறு பேசாமல் போனால்தான் நாம் ஆச்சர்யப்பட வேண்டும். பெண் கல்விக்காகவும் பொதுவாழ்வில் பெண்கள் பங்கெடுப்பதற்காகவும், பாலினச் சமத்துவத்திற்காகவும் பெரியாரிய, அம்பேத்கரிய, மார்க்சிய இயக்கங்களது தொடர் போராட்டங்களின் பலனை அனுபவித்துக்கொண்டே அதற்கு நேரெதிர்க் கருத்தியலைத் தாங்குகிறார் தமிழிசை.

மேலோட்டமாகப் பார்த்தால் பெண்களின் நலன்களைக் குறித்த அக்கறையில் இருந்து சொல்லப்பட்டதாகத் தோன்றும் தமிழிசையின் இக்கருத்துகளில் அப்பட்டமான பிற்போக்குவாதமே பொதிந்துள்ளது. பாதிக்கப்பட்டவர்களையே குற்றவாளிகளாக்கித் தீர்ப்பெழுதும் கபடம். பெண்களுக்கு ஏற்படும் பிரச்சினைகள், தொந்தரவுகள், சீண்டல்கள் எல்லாவற்றுக்கும் அவர்களையே பொறுப்பாக்குவதுமாகும். பெண்களின் உடைகளைக் கட்டுப்பாட்டிற்குள் கொண்டுவந்துவிட்டால் எல்லாம் சரியாகி விடும் என்கிற இந்த வாதம், பெண்களிடம் அத்துமீறி நடக்கும் ஆண்களை அவர்களது குற்றங்களிலிருந்து விடுவிப்பதுடன் முடிந்துவிடுவதில்லை. அதற்கும் மேலோடிச் சென்று அழகு, அருவறுப்பு, அழகு, கண்ணியம், ஆபாசம் போன்ற அருவமானவற்றுக்குள் இங்குள்ள மத, சாதியக் கண்ணோட்டதை ஏற்றி அதன்படி பெண்ணுக்குள்ள இடத்தை மறுவுறுதி செய்வதற்கும் முனைகிறது.

நாகரீக உடைகள் பற்றிப் பெண்கள் கவனமாய் இருக்கவேண்டும் என்று ஒவ்வாமையை வெளிப்படுத்தும் தமிழிசை, அவர் பெரிதும் உயர்த்திப் பிடிக்கும் இந்துப் பண்பாடு, பெண்களுக்கு எவ்வகையான ஆடையைக் கண்ணியமெனக் கருதி வழங்கிவந்திருக்கிறது என்கிற வரலாற்றைச் சற்றே திரும்பிப் பார்ப்போமா?

வாழ்வின் எல்லா நிலைகளிலும் தலையிட்ட வர்ண ஆதிக்கம் ஆடை விசயத்திலும் குரூரமான பாகுபாட்டை நிலைநாட்டியது. சூத்திர மற்றும் அவர்ண ஆண்கள் முழங்காலுக்குக் கீழே வேட்டி கட்டக்கூடாது, தோளிலே துண்டு போட்டுக்கொள்ளக்கூடாது, தலைப்பாகை அணியக் கூடாது, புத்தாடை அணியாமல் பிணத்தின் மீது போர்த்திய கந்தைகளையே உடுத்தவேண்டும்,

பஞ்சக்கச்சத்தைத் தார்ப்பாய்ச்சிக் கட்டக் கூடாது என்பதாக நீள்கிறது இக்கட்டுப்பாடுகள். செருப்பணியக்கூடாது என்கிற தடையை, ஒருவேளை கழற்றியடித்துவிடுவார்களோ என்கிற அச்சத்தினால் விதித்திருக்கலாம். ஆனால் ஆடை விசயத்தில் எதற்கு இத்தனை கட்டுப்பாடுகள்? ஆண்களையே இந்தப்பாடு படுத்திய வர்ண விதிகள், வர்ணம் சாதிகளாக்ச் சிதைந்த காலத்திலும் பெண்களை என்ன பாடு படுத்தியிருக்கும் என்பதை `தோள்சீலைப் போராட்டம்' நமக்கு உணர்த்துகிறது.

திருவிதாங்கூர் சமஸ்தானத்தின் ஆதிக்கச்சாதியினராகிய நம்பூதிரிகளும் நாயர்களும் சாதியடுக்கில் தமக்குக் கீழிருந்த சாதிகளின் பெண்கள் இடுப்புக்கு மேல் உடுத்த தடைவிதித்திருந்தனர். இந்நிலையில் கிருத்தவத்திற்கு மதம் மாறிய நாடார் பெண்கள், தங்களுக்கும் நம்பூதி நாயர், வெள்ளாளப் பெண்களைப் போல மேலாடை (தமிழிசையின் பார்வையில் இது நாகரீக உடை) உடுத்தும் உரிமையைக் கோரியுள்ளனர். இதன் தொடர்ச்சியில் கிருத்துவராக மதம் மாறிய நாடார் பெண்கள் மேலாடை அணியலாம் என்று அங்கு கர்னல் மன்றோ 1812ஆம் ஆண்டு ஓர் உத்தரவைப் பிறப்பித்திருக்கிறார். ஆனால் இந்த உத்தரவை ஏற்க மறுத்து ஆதிக்கச்சாதியின் ஆண்களும் பெண்களும் நடத்திய கடும் தாக்குதல்களாலும் அவமதிப்புகளாலும் கொந்தளிப்புக்குள்ளான அடிநிலைச் சாதிப் பெண்கள் 1822ஆம் ஆண்டு தொடங்கிய போராட்டம் 1859 ஜூலை 26ஆம் நாள் தன் இலக்கை எட்டியது. இந்தப் போராட்ட வரலாற்றைத்தான் தமிழிசை தாங்கிப்பிடிக்கும் ஒன்றிய அரசு பாடத்திட்டத்திலிருந்து நீக்கிவிட்டிருக்கிறது.

மாராப்பு இல்லாமல் தம்மைப் பார்க்கும் ஆதிக்கச்சாதியினரின் வக்கிரத்தை அடிநிலைச் சாதிப்பெண்கள் 19ஆம் நூற்றாண்டிலேயே அடித்துநொறுக்கி `நவீன ஆடை' அணியத் தொடங்கிவிட்டனர். ஆனால் ஆதிக்கச்சாதிகளில் ஒன்றான நாயர் சாதியின் பெண்கள் கோவிற்சடங்குகளில் மேலாடை இன்றிப் பங்கேற்கும் அவலம் 20ஆம் நூற்றாண்டின் நடுக்காலம் வரை தொடர்ந்தது. நாயர் பெண்கள், கேரளத்தின் திருச்சூர் அருகேயுள்ள வேலூர் மணிமலர்க்காவு தேவி கோயிலின் திருவிழாவில் விளக்கும் மலர்களும் தாங்கிய `தாலம்' ஏந்திவந்து புரோகிதர்களாகிய நம்பூதிரிகள் முன்பு சடங்குகள் செய்து முடித்துத் திரும்பும்வரை மேலாடை அணியக்கூடாது.

நாயர் பெண்கள் மீதான இந்த ‘அனாச்சாரத்தை முடிவுக்குக் கொண்டுவந்து மேலாடை அணிவதற்கான உரிமையை அவர்களுக்குப் பெற்றுத் தந்தவர்கள் நாயரல்லாத—

அடிநிலைச்சாதிப் பெண்களே. ஒடுக்கப்பட்ட ஈழவச்சாதியில் பிறந்தவரும் கம்யூனிஸ்டுமான வேலத்து லெஷ்மிக்குட்டி, வெள்ளரோட்டில் மீனாட்சி (இவரும் பின்னாளில் கம்யூனிஸ்டானார்), போன்றோரின் முன்னெடுப்பில் 1956ஆம் ஆண்டு நாயரல்லாத பெண்கள் 23 பேர், தெய்வநிந்தனையாவது வெங்காயமாவது என்று ரவிக்கையணிந்து தாலம் ஏந்தி அதுவரை தாங்கள் அனுமதிக்கப்படாத அந்தக் கோயிலுக்குள் நுழைந்தனர். நூற்றாண்டுகளாகத் தொடர்ந்த அந்த அனாச்சாரம் ஒழித்துக் கட்டப்பட்டதை 'வேலூர் மாறு மறைக்கல் சமரம்' என வரலாறு நினைவில் வைத்திருப்பதைத் தமிழிசை அறிவாரா? தோள்சீலைப் போராட்டத்தின் இருநூறாவது ஆண்டில், மீண்டும் உடைக்கட்டுப்பாடு பற்றிப் பேசுவது வரலாற்றுக்கு இழைக்கும் அவமானம்.

அரை நிர்வாணமாகவே இருக்கும் அவலத்தை முறியடித்து இந்தியப் பெண்கள் தங்களது உடலமைப்புக்கும் ரசனைக்கும் விருப்பத்திற்கும் ஏற்ற உடைகளை அணிவதற்கான இந்த நெடிய போராட்டத்திற்கு உறுதுணையாய் இருந்தவர்களின் பட்டியல் மிக நீண்டது. ஆனால் தமிழிசையால் உயர்த்திப் பிடிக்கப்படும் இந்துத்துவவாதிகளின் ஒரு பெயரும் அதிலில்லை.

'எனது உடை எனது உரிமை' என்கிற முழக்கத்தைக் கேட்கமாட்டேன் எனத் தமிழிசை தனது செவிகளையும் மனதையும் அடைத்துவைத்திருக்கலாம். ஆனால் அவரேகூட இந்த முழக்கம் அடைந்துவரும் வெற்றிக்கு ஒரு சாட்சியம்தான்.

தீக்கதிர் நாளிதழ், 14.03.2022

தூடு சுரணையுள்ளவர்களின் துணிவான கவனத்திற்கு

“பேசத்தொடங்கும்போது அணைந்து போகும் பீடி நெருப்புப் போல தூக்கமற்ற இரவுகளில், வார்த்தைகளின் பின்னால் புதைந்து கிடக்கும் வலி அணைந்து போவதில்லை. பரிதாபத்தையோ மகிழ்ச்சியையும் துக்கத்தையும் பகிர்ந்துகொள்வதையோ கண்டுகொள்ளாமல் சிறை இருட்டாக, அன்புக்கு இடமின்றி இருக்கிறது...”

– வரவர ராவ் எழுதிய இவ்வரிகளில் கசியும் துயரத்தில் கரைந்தபடி எண்ணற்ற அப்பாவிகள் இந்த நாட்டின் 1,400 சிறைகளில் அடைபட்டுக் கிடக்கிறார்கள். அவர்கள் இழைத்த குற்றம், அவரே அடுத்த வரியில் கேட்பதுபோல “சிறைக்கு வெளியிலும்தான் தனக்கு அறிவையும் ஞானத்தையும் தரக் கூடிய மனிதர்களுக்கு இந்தச் சமூக அமைப்பு என்னத்தைக் கொடுத்துவிடுகிறது?” என்கிற கேள்வியை எழுப்பியதுதான்.

தனது கருத்துக்காகவோ செயல்பாட்டுக்காகவோ ஒருவர் கைது செய்யப்படுவது உலகெங்கும் இருந்துவரும் ஒடுக்குமுறைதான். இந்தியாவிற்கும் இது புதிதல்ல. நாட்டையே திறந்தவெளிச் சிறைச் சாலையாக்கிய காலனியாட்சி, சிறைச்சாலை என்கிற அதிகாரப்பூர்வமான சித்திரவதைக் கூடங்களை நாடெங்கும் நிறுவியது. விடுதலைக்காகப் போராடியவர்களை அரசியல் எதிரிகளாகக் கருதி அவர்களைச் சிக்கவைப்பதற்கென்றே காலனியாட்சி சதிவழக்குகளைப் புனைந்தது.

நாட்டின் விடுதலைக்குப் பிறகு மூடப்பட்டிருக்க வேண்டிய இந்தச் சித்திரவதைக் கூடங்கள் முன்னிலும் அதிகமாக இந்திய ஆட்சியாளர்களுக்குத் தேவைப்பட்டன என்கிற உண்மை, நாம் அடைந்த விடுதலை முழுமையானதல்ல என்கிற மற்றோர் உண்மையை உணர்த்தியது. அரசியல் விடுதலையுடன் திருப்தியடைந்தவர்கள் அதிகாரத்தைக் கைப்பற்றிக்கொள்ள, சமூக விடுதலையும் பொருளாதார விடுதலையும் ஊடிழைந்த விடுதலையை வாழ்விலக்காய் நம்பியவர்களோ எதிர் முகாமாகி தமது போராட்டத்தைத் தொடர்கிறார்கள். இவர்களை ஒடுக்கக் காலனியாட்சியின் ஆள்தூக்கிச் சட்டங்களும் அந்தகாரச் சிறைகளும்

ஆட்சியாளர்களுக்குத் தேவையாயிருக்கின்றன. ஆனாலும், ஒடுக்குமுறைக்கு அஞ்சாமல் தொடரும் போராட்டங்களின் அழுத்தத்தால் 'சுதந்திரம், சமத்துவம், சகோதரத்துவம்' நோக்கி இந்நாடு எடுத்துவைத்த ஒவ்வோரடியையும் ஆழ்ந்த வெறுப்புடன் பின்னிழுக்கும் முயற்சியில் ஈடுபட்டுவந்த எதிர்மறைச் சக்திகள் 'இந்துத்துவா' என்ற கருத்தாக்கத்தின் கீழ்த் திரண்டனர். சமூகத்தை மேல் கீழாக, தீட்டு, புனிதமாகக் கட்டமைத்து அதன் உச்சியில் பார்ப்பனர்களை இருத்தி அவர்களுக்குக் கீழே பன்மபப்படிநிலைப் பாகுபாட்டுடன் மற்றவர்கள் ஒடுங்கியும் ஒடுக்கியும் வர்ணாஸ்ரம விதிகளுக்குத் திரும்பி வாழ்வதே சிறந்தது என்கிற பார்ப்பனீயமே இந்துத்துவா எனும் திரைக்குள் ஒளிந்திருக்கிறது.

வெகுமக்களின் மிகவும் பின்தங்கிய பிற்போக்குக் கருத்து நிலையுடன் தம்மைப் பொருத்திக்கொள்வதன் மூலம் சமூகத்தில் பலம் பெறுவதுதான் பார்ப்பனீயச் சக்திகளின் திட்டம். பாலினச் சமத்துவம், சமூகநீதி, பொருளாதார நீதி, மதச்சார்பின்மை, மதநல்லிணக்கம் ஆகியவற்றின் எதிர்நிலையாக இயங்குவதன் மூலமே இந்து மதத்தைக் காப்பாற்றிக்கொள்ள முடியும் என்கிற அவர்களது பிரச்சாரம் நுட்பமானது. இதனால், பார்ப்பனீய அமைப்புகளில் இல்லாதவர்கள்கூட காஷ்மீர், பாப்ரி மஸ்ஜித், பொதுச்சிவில் சட்டம், மதமாற்றத் தடைச்சட்டம், பசுவதைத் தடுப்பு என அந்த அமைப்புகள் எழுப்பும் பிரச்சினைகளைத் தமது சொந்தப் பிரச்சினைகளாகக் கருதுவதும் அதற்கு அந்த அமைப்புகள் சொல்லும் தீர்வையே சரியென ஏற்பதுமாக நிலைமை மோசமடைந்துள்ளது. இவ்வாறாக, சட்டமன்றமும் நாடாளுமன்றமும் பார்ப்பனீயவாதிகளின் ஆளுகைப்பிடியில் சிக்குவதற்கு முன்பாகவே நாட்டின் நிர்வாகத்துறை, நீதித்துறை, ஊடகங்கள், குடிமைச் சமூகம் ஆகியவற்றின் ஒரு பகுதி அவர்களது கருத்துப் பிடிக்குள் சிக்கிக்கொண்டன.

இயல்பான சமூகவாழ்வை மேற்கொள்ள இயலாமல் இஸ்லாமியர்களைத் தேசத்தின் எதிரிகளாகக் கட்டமைக்கும் வெறுப்புப் பிரச்சாரம் கட்டவிழ்த்துவிடப்பட்டது. அசீமானந்தா, பிரக்யா போன்ற பார்ப்பனீயர்கள் நாடெங்கும் பயங்கரவாதத் தாக்குதல்களை நடத்திவிட்டு இஸ்லாமியர்களின் மீது பழி சுமத்தினர். பதக்கங்களுக்காகவும் விருதுகளுக்காகவும் படைப்பிரிவினர் போலி மோதல்களை நடத்தி எண்ணற்ற முஸ்லிம்களைச் சுட்டுக்கொன்றனர். பயங்கரவாதிகள் எனப் புனையப்பட்டு வாழ்வின் பெரும்பகுதியைச் சிறைக் கம்பிகளுக்குப் பின்னே கழிக்கும் அவலத்திற்கு இஸ்லாமிய இளைஞர்கள் ஆளாகியுள்ளனர்.

இதேநிலைதான் தலித்துகளுக்கும். இடையறாத சாதிய ஒடுக்குமுறையை எதிர்த்த அவர்களது போராட்டத்தை ஒழுங்கீனமாகவும் கீழ்ப்படியாமையாகவும், 'தாயாப் புள்ளையா' 'ஒன்னும்மண்ணுமா' பழகும் சமூகத்தில் பிரிவினையை உருவாக்கும் சீர்குலைவாகவும், இந்துமத வெளியேற்றம் எனும் சாதியெதிர்ப்பு நடவடிக்கையை அந்நியத் தொண்டு நிறுவனங்களின் பணத் தூண்டுதலால் நடக்கும் சதியெனவும் பார்ப்பனீயர்கள் உருவாக்கிய தவறான கண்ணோட்டம்தான், சட்டத்தின் பாதுகாப்பைக் கோரிக் காவல்துறையையும் நீதித்துறையையும் நாடிவரும் தலித்துகளுக்கு அது மறுக்கப்படுவதுடன் அவர்கள் பொய் வழக்குகளில் சிக்கவைக்கப்பட்டுச் சிறையில் அடைக்கப்படவும் காரணமாயுள்ளது.

இயற்கை வளங்களையும் கனிம வளங்களையும் கார்ப்பரேட்டுகள் கொள்ளையடிக்கத் தோதாகக் காடுகளின், மலைகளின் பிள்ளைகளாம் பழங்குடியினரை அங்கிருந்து துரத்தியடிக்கும் கொடுஞ்செயலுக்கு எதிராகப் போராடுகிறவர்கள் 'மாவோயிஸ்டுகள் / நக்ஸலைட்டுகள்' என நர வேட்டையாடப்படுகின்றனர் (மாவோயிஸ்டுகள்/ நக்ஸலைட்டுகள் என்றால் விசாரணைகூட இல்லாமல் கொல்லப்பட வேண்டியவர்கள் என்ற வாதத்தை மறுப்பதேகூட தேசவிரோதம் என்றாகி விட்டது). பழங்குடியினருக்குத் தமது பூர்வீக நிலத்தின் மீதுள்ள உரிமையைப் பிரகடனம் செய்யும் அரசியல் சாசனத்தின் வரிகளைக் கல்வெட்டாகச் செதுக்கிக் காடு மலைகளில் நாட்டிடும் 'பதால்காடி' இயக்கத்தின் செயற்பாடுகூட பயங்கரவாதமாகச் சித்தரிக்கப்பட்டு அதில் ஈடுபட்ட பத்தாயிரம் பேரும் ஒரே வழக்கில் தேச விரோதிகளாக்கப்பட்டனர்.

பாரதிய ஜனதா மூலம் பார்ப்பரேட்டியர்கள் (பார்ப்பனர் + கார்ப்பரேட்டுகள்) ஒன்றிய ஆட்சியைக் கைப்பற்றுவதற்கும் முன்பாகவே நாடெங்கிலுமுள்ள சிறைகளில் அடைக்கப்பட்டிருந்தவர்களில் பெரும்பான்மையினர் முஸ்லிம்களும் தலித்துகளும் பழங்குடியினரும்தாம் என்றால் அவர்கள் ஆட்சியைக் கைப்பற்றியதற்குப் பின்போ நிலைமை படுபயங்கரமாகிவிட்டது.

மக்கள்தொகையில் பெரும்பகுதியினரான பிற்படுத்தப்பட்ட சாதிகளைச் சேர்ந்தவர்களும் பார்ப்பனீயத்தால் இழிவுகளுக்கு ஆளானவர்களே என்றாலும் அவர்களில் பலரும் ஆண்ட பரம்பரை, உயர்சாதி போன்ற கற்பிதப் பெருமிதங்களில் மூழ்கித் தன்னிலை மறந்தவர்களாயுள்ளனர். எஞ்சிய மக்கள் தொகையில் 20% தலித்துகள், 14% முஸ்லிம்கள், 8% பழங்குடியினர், 3% கிருஸ்தவர்கள். சற்றொப்ப மக்கள்தொகையில்

சரிபாதியான இவர்கள், அடிப்படையில் இந்து மதத்தின் ஆதார நோக்கங்களுக்குள் அடங்காதவர்கள். அவமதிப்பு, சுரண்டல், பாரபட்சம், வன்கொடுமைக்கு எதிராகப் போராடியே தீரவேண்டிய நிலையிலுள்ள இந்த மக்கள்தொகுதியைத்தான் பார்ப்பரேட்டிய அரசு உண்மையான அச்சுறுத்தலாகக் கருதுகிறது. எனவே, இவர்களுக்காகப் போராடுவது மட்டுமல்லாது பார்ப்பரேட்டியத்தை விமர்சனமும் செய்யும் அம்பேத்கரிய, பெரியாரிய, மார்க்சீயர்களும் மனிதவுரிமைச் செயற்பாட்டாளர்களும் இந்த அரசுக்கு வேண்டாதவர்களாகிப் போனார்கள். பழங்குடியினரை, தலித்துகளை, மதச் சிறுபான்மையினரைத் தனிமைப்படுத்தி ஒடுக்கவோ உட்செரிக்கவோ தடையாகவுள்ள இந்த 'அர்பன் நக்ஸல்களை' அவர்களது செயற்களங்களிலிருந்து அப்புறப்படுத்த உருவான சதித்திட்டமே பீமா கோரேகான் வழக்கு.

மராட்டியத்தை ஆண்ட பேஷ்வாக்கள் எனும் சித்பவன பார்ப்பனர்களால் தீட்டு மனப்பான்மையுடன் படைகளிலிருந்து வெளியேற்றப்பட்ட மஹர்கள், பிரிட்டிஷ் படைகளில் சேர்ந்து 1818 ஜனவரி முதல்நாள் பீமா நதிக்கரையில் நடந்த போரில் பேஷ்வாக்களை வெற்றிகொண்டனர். தலித்துகள் பேஷ்வாக்களை வெற்றிகொண்டதன் நினைவாக ஆண்டுதோறும் ஜனவரி 1 அன்று பெருந்திரளான மக்கள் பீமாநதிக்கரையில் கூடுவது வழக்கம். அண்ணல் அம்பேத்கரும் அங்கு சென்றுவந்த பின்பு அந்நிகழ்வு முக்கியத்துவம் பெற்றுவிட்டது.

இந்த வெற்றியின் இருநூறாவது ஆண்டுவிழா 2018 ஜனவரி 1 அன்று நடைபெற்றது. அதற்கு முந்தைய தினம் 260க்கும் மேற்பட்ட அமைப்புகள் கூடி எல்கர் பரிஷத் ('உரக்கப் பேசுவோம்' மாநாடு) என்ற நிகழ்வைச் சனிவார்வாடாவில் நடத்தின. அந்நிகழ்வில் பங்கெடுத்துவிட்டு, பீமாகோரேகானில் 200ஆவது ஆண்டு விழாவிற்கு வந்த / திரும்பிய மக்கள் மீதும் மாநிலம் முழுவதும் தலித்துகள் மீதும் ஜனவரி 1, 2 தேதிகளில் சித்பவனப் பார்ப்பனர்களின் அமைப்பினரும் ஆர்.எஸ்.எஸ் ஆதரவு அமைப்பினரும் கொடுந்தாக்குதலை நடத்தினர். இத்தாக்குதலுக்குக் காரணமான இருவரில் ஒருவரைக் கைதுசெய்து உடனடியாய் விடுவித்த போலீசார், எல்கர் பரிஷத்தில் நிகழ்த்தப்பட்ட உரைகளின் ஆத்திரமூட்டலால்தான் வன்முறை வெடித்தது என்கிற வினோதக் குற்றச்சாட்டினை எழுப்பினர்.

இதன் தொடர்ச்சியில் நிகழ்வின் ஏற்பாட்டாளர்களில் ஒருவரான ரோனா வில்சனின் மடிக்கணினி, செல்போன்,

பென்டிரைவ் ஆகியவை 2018 ஏப்ரல் 16ஆம் தேதி போலீஸாரால் பறிமுதல் செய்யப்பட்டன. அதன்பின் அமைதி காத்த போலீஸார் திடுமென 2018 ஜூன் 6ஆம் தேதி ரோனா வில்சன், சுரேந்திர காட்லிங், ஸோமா சென், சுதிர் தாவ்லே, மகேஷ் ராட் ஆகியோரைக் கைது செய்ததுடன் இவர்களடங்கிய 'அர்பன் நக்ஸல்'களின் குழுவொன்று, "ராஜீவ் காந்தி கொல்லப்பட்டது போன்று பிரதமர் மோடியைக் கொல்வதற்குச் சதித் திட்டம் தீட்டியதாக" குற்றம் சாட்டினர். இதற்கு ஆதாரமாக அந்த மடிக்கணினியில் இருந்த மின்னஞ்சல்கள் காட்டப்பட்டன. இதையடுத்து 2018 ஆகஸ்ட் 28 அன்று அருண் பெரைரா, சுதா பரத்வாஜ், வரவரராவ், வெர்னோன் கன்சல்வெஸ் ஆகியோரும் 2020 ஏப்ரல் 14 அன்று ஆனந்த் டெல்டும்டே, கவுதம் நவ்லேகா, 2020 ஜூலை 28 அன்று ஹானிபாபு, 2020 செப்டம்பர் 10 சாகர் கோர்கே, ரமேஷ் கைய்ச்சர், மறுநாள், ஜோதி ஜக்தப் (இம்மூவரும் கபீர் கலாமஞ்ச் குழுவினர்), 2020 அக்டோபர் 8 அன்று ஸ்டேன் சாமி என அடுத்தடுத்து 16 பேர் உபா சட்டத்தின்கீழ் கைதுசெய்யப்பட்டனர்.

மகாராஷ்டிரத்தில் உருவான பாஜக அல்லாத ஆட்சி இவ்வழக்கினை ரத்து செய்யப்போவதாகத் தகவல் வெளியானதும், தனது கருத்தியல் எதிரிகள் மீண்டும் களத்திற்குத் திரும்புவதைத் தடுக்கும் பதைப்பில் ஒன்றிய பார்ப்பரேட்டிய ஆட்சியாளர்கள், இவ்வழக்கினைத் தமது ஏவலமைப்பான தேசியப் புலனாய்வு முகமை (என்.ஐ.ஏ) பொறுப்பில் எடுத்துக்கொண்டார்கள்.

இதனிடையே, வில்சனுடைய மடிக் கணினியின் வன்பொருளை ஆய்வுசெய்த ஆர்சனல் கன்சல்டிங் என்ற அமெரிக்க டிஜிட்டல் தடயவியல் பரிசோதனையகம், வில்சனுக்கே தெரியாமல் அவருடைய மடிக்கணினியில் தீங்கிழைக்கும் மென்பொருள் ஒன்றின் மூலம் 2016 ஜூன் 16 அன்று ஊடுருவிய மர்ம நபர் 22 மாதங்களாக அதனுள்ளிருந்து அவரைக் கண்காணித்ததுடன் 13 கடிதக் கோப்புகளை மின்னஞ்சலில் அனுப்பியுள்ளதாகவும் அறிவித்தது.

இவர்களைக் கைதுசெய்வதற்குத் தேவையான சான்றுகள் அனைத்தும் உட்புகுத்தப்பட்டதற்கு அடுத்தநாள் அதிகாலையில் மடிக்கணினி பறிமுதல் செய்யப்பட்டது தற்செயல்தானா என்ற கேள்வி ஒருபுறமிருக்க, எந்த மின்னஞ்சல்களைக் காட்டி இந்த 16 பேரும் கைதுசெய்யப் பட்டார்களோ அந்த மின்னஞ்சல்கள் அனைத்துமே திட்டமிட்ட சதியின் மூலம் மடிக்கணினியில் உட்செலுத்தப்பட்டவை என்று அறிவியல் பூர்வமாக நிறுவிய பிறகும் இவர்களை விடுவிக்கவோ குறைந்தபட்சம் பிணையில்

விடவோ ஆட்சியாளர்களும் நீதிமன்றங்களும் தயாரில்லை. முதல் கைது தொடங்கி நான்கு ஆண்டுகள் முடிந்த பின்னும் விசாரணையின்றிச் சிறையிலிருக்கும் இவர்களைச் சிறைக்குள் மனிதத்தன்மையற்ற வகையில் நடத்துவதைக் கூட நிறுத்திக்கொள்ளவில்லை என்பதன் அப்பட்டமான வெளிப்பாடுதான் ஸ்டேன் சாமியின் மரணம். சிறைக்குள் கைவிலங்குடன் அடைத்துவைப்பது, வெறும் தரையில் படுக்கவைப்பது, கோவிட் காலத்தில் உரிய முகக்கவசம் தர மறுத்தது, தொற்றுக்கு ஆளானபோதும் சிகிச்சையையும் சத்தான ஆகாரத்தையும் மறுத்தது, தண்ணீர் குடிக்க உறிஞ் சுக்குழாய் தர மறுத்தது எனத் தொடர் சித்ரவதைகளிலிருந்து சாவுதான் அவரை மீட்டது. உண்மையில் அது என்.ஐ.ஏ வும் நீதித்துறையும் கூட்டாக நிகழ்த்திய படுகொலை. இதோ இப்போது மகாராஷ்ட்ராவில் மறுபடியும் பாஜக கூட்டணியாட்சி உருவாகிய பின்பு இந்தக் கைதிகளுக்குக் கொசுவலைகூட மறுக்கப்பட்டுள்ளது. சிறைவிதிகள் அனுமதித்தாலும் அவர்கள் தமது குடும்பத்தாருடன் தொலைபேசியில் பேச விடாமல் தடுக்கப்பட்டுள்ளனர்.

சர்வதேச அளவில் புகழ்பெற்ற இந்த 16 ஆளுமைகளை பி.கே.16 குற்றவாளிகள் என்று சிறைப்படுத்திச் சாதாரணமாகக் கைதிகளுக்குக் கிடைக்கக்கூடிய எளிய விசயங்களைக்கூட மறுப்பதன் மூலம் ‘இவர்களுக்கே இந்தக் கதியென்றால் நீங்களெல்லாம் எம்மாத்திரம்?’ என்று பார்ப்பரேட்டிய அரசு ஒவ்வொருவரையும் மிரட்டிப் பார்க்கிறது. போர்க்குணம் மழுங்கி சுயதணிக்கை செய்துகொண்டு சுயநலத்திற்குள் ஒடுங்கிச் சாகுமாறு அது நம் வாழ்வினை உயிர்ப்பற்றதாக மாற்றப் பார்க்கிறது.

காலனியாட்சிக்கால சிறைக்குள் பகத்சிங்கும் அவரது தோழர்களும் தம்மை அரசியல் கைதிகள் என்று தனித்தழைக்கக் கோரிப் போராடினார்கள். ஒட்டுமொத்தக் கைதிகளுக்குமான கோரிக்கைகளை முன்வைத்த அதேவேளையில் பிறவகை கைதிகளில் இருந்து அரசியல் கைதிகள் வேறுபட்டவர்கள் என்றும் அவர்களுக்கென்று சில உரிமைகள் உண்டென்றும் போராடிக் குறிப்பிடத்தக்க வெற்றியும் கண்டனர். ஆனால், இன்றைய அரசியல் கைதிகள், துன்புறுத்தலை ரசிக்கும் குரூர மனப்பான்மை கொண்ட பார்ப்பரேட்டிய ஆட்சியாளர்களால் கடும் அவமதிப்புக்கும் துன்புறுத்தலுக்கும் மன உளைச்சலுக்கும் ஆளாக்கப்படுகின்றனர். அரூபமான தமது சிந்தனைகளுக்காகவும் விருப்பங்களுக்காகவும் திட்டவட்டமான உடல் எதிர்கொண்டாக வேண்டிய வாதைகளைத் தாள முடியாதவர்களாகியுள்ளனர்.

ஆய்வாளர் ஒருவர் கூறியதுபோல, அவர்களது சொந்த உடலையே அவர்களது விருப்பங்களுக்கு எதிரானதாக ஆட்சியாளர்கள் திருப்பிவிட்டுள்ளனர்.

அமைதியாக இருப்பவர்களைப் பதற்றத்திற்குள்ளாக்கி அவர்களைத் தெருவுக்கு இழுப்பது, தெருவுக்கு வந்தால் சட்டப்பூர்வ மற்றும் சட்ட விரோதப் பட்டாளத்தை ஏவி கொடுந் தாக்குதல் நடத்துவது, அந்த வன்முறைக்குக் காரணமானவர்கள் என்று பாதிக்கப்பட்டோரையே குற்றவாளிகளாக்கிடப் பொய்ச் சான்றுகளை ஜோடிப்பது / அழிப்பது, குற்றமற்றவர்கள் என்று தெரிந்தே என்.ஐ.ஏ மூலம் உபா சட்டத்தை ஏவி ஆண்டுக்கணக்கில் சிறையிலடைத்துச் சித்திரவதை செய்வது எனத் தனது கருத்தியல் எதிரிகளை அழிப்பதற்கான வழிமுறையை பீமா கோரேகான் வழக்கின் மூலம் பார்ப்பரேட்டியம் உருவாக்கியுள்ளது எனலாம். குடியுரிமை திருத்தச் சட்டம், கல்வி வளாகச் சுதந்திரத்தில் தலையீடு, பொதுமுடக்கக் காலச் சீர்கேடுகள், விவசாயச் சட்டங்கள், கருத்துரிமைப் பறிப்பு, ஊடகச் சுதந்திரம் பறிப்பு, காஷ்மீர் சிதறடிப்பு ஆகியவற்றுக்கு எதிராகப் போராடிய அனைவரையுமே பார்ப்பரேட்டிய அரசு இந்த வழிமுறையில்தான் கையாண்டு வருகிறது.

பெண்கள், தலித்துகள், மதச்சிறுபான்மையினர், மதச் சார்பற்றவர்கள், கம்யூனிஸ்ட்கள், நாத்திகர்கள் மீதான வெறுப்பில் நொதித்த எதிர்மறைச் சக்திகளாகிய பார்ப்பரேட்டியர்கள் அரசதிகாரத்தை அபகரித்துள்ள இந்தக் காலம் காலனியாட்சிக் காலத்தை விடவும் கொடியதாகிவிட்டது. பார்ப்பரேட்டியர்களது ஆட்சியானது, ‘சுதந்திரம், சமத்துவம், சகோதரத்துவம்’ கோரும் குரல்களை வரலாற்று வன்மத்துடன் ஒடுக்குகிறது. நீதி கேட்டு வந்தவர்கள் நீதிமன்றத்தின் மூலமே சிறையில் அடைக்கப்படும் அவலம். சிகிச்சை அளித்ததற்காக மருத்துவர்களும் உண்மைச் செய்தியை வெளியிட்டதற்காக ஊடகவியலர்களும் அரசியல் சாசனம் வழங்கிய உரிமைகளைக் கோருகிற குடிமக்களும் இருக்க வேண்டிய இடம் சிறைதான் என்றால், 75 ஆண்டுகளுக்கு முன்பு நாம் ஈட்டிய அரசியல் சுதந்திரத்தையும் சுதந்திரப் போராட்டத்தில் பங்கெடுத்தேயிராத பார்ப்பரேட்டியர்களிடம் பறிகொடுத்துவிட்டிருக்கிறோம் என்றே பொருள். அல்லது, நம் முன்னோர்கள் கோரிய முச்சுதந்திரங்களுக்காகவுமான போராட்டத்தை மீண்டும் தொடங்க வேண்டும் என்கிற பொருளாகவும் இருக்கலாம்.

சுதந்திரதின வைரவிழாவை முன்னிட்டுக் கட்டுரையில் பயன்படுத்தக் கூடாத சொற்களின் அகராதியை அரசு ஒருவேளை

வெளியிட்டு விடுமோ என்ற பதைபதைப்புடன் இக்கட்டுரையை எழுதி முடிக்கும் தறுவாயில் சட்டீஸ்கரிலிருந்து ஒரு நற்செய்தி: அங்கு, உபா சட்டத்தின்கீழ் ஐந்தாண்டுகளாகச் சிறையில் அடைக்கப்பட்டிருந்த *121* பழங்குடியினர் குற்றமற்றவர்கள் என்று நீதிமன்றத்தால் விடுவிக்கப்பட்டிருக்கிறார்களாம். ஆனால், யாதொரு குற்றமும் இழைக்காமல் ஐந்தாண்டுகள் சிறைக்குள் அடைபட்டிருப்பது யாருக்கேனும் நற்செய்தியாக இருக்க முடியுமா?

சிறை வாழ்க்கை எப்படி இருக்கும் என்று அனுபவித்துத் தெரிந்துகொள்ள விரும்புகிறவர்கள் திகார், எரவாடா, ஹிண்டல்கா சிறைகளுக்குச் 'சிறைச்சாலை சுற்றுலா' செல்லலாம். அதற்கான கட்டணத்தைச் செலுத்துகிறவர்களுக்குக் கைதியின் எண்ணுடன் கூடிய உடை தரப்படும். அவர்கள் கைதிகள் சமைப்பதை உண்டு, கைதிகள் செய்யும் வேலைகளைச் செய்து, கைதிகளுடனேயே ஓர் இரவு தங்கித் தரையில் படுத்துறங்கியும் வரலாமாம். கொஞ்சம் சூடு சுரணையுமுள்ள யாரும் இந்த அனுபவத்தைப் பெறுவதற்காக அவசரப்பட்டுப் பணத்தை வீணடிக்க வேண்டியதில்லை. ஓட்டைக் காசு கூட உங்களுக்குச் செலவுவைக்காமல், ஒருநாளல்ல – ஆண்டுக்கணக்கில் அந்த அனுபவத்தைத் தருவதற்குப் பார்ப்பரேட்டிய அரசு தயாராகவுள்ளது. ஏற்பதற்கு இசைவு தேவையில்லை. ஆனால் மறுப்பதென்றாலோ, சிறையில் வாடும் அரசியல் கைதிகளின் விடுதலைக்காகப் போராடுவது முன்னிபந்தனையாகிறது.

நீலம், ஆகஸ்ட் 2022

கண்களைப் பறித்துவிட்டுக் கண்ணாடி மாட்டுவதா?

“ஒருவருக்கு வாழ்நாள் நெடுகிலும் பிரிக்கவே முடியாத துணையாக அல்லது நட்பாக இருக்கக்கூடியது அவரது மொழி மட்டுமே. அது அவரது கண்ணியத்தின் பிரிக்க முடியாத அங்கமாகவும் இருக்கிறது. தனிநபரின், சமூகத்தின் அல்லது நாட்டின் பண்பாட்டுக் கூறுகளை வெளிப்படுத்துவதும் மொழியே...” என்று தொடங்குகிறது அலுவல் மொழிக்கான நாடாளுமன்றக் குழுவை அமைப்பது குறித்த இந்திய ஒன்றிய அரசின் விளக்கக்குறிப்பு. இந்த மட்டிலும் சரிதான். “ஒரு நாடானது அதன் தேசியக் கொடி, தேசியக் கீதம், தேசிய மொழியின் வழியாகவே அங்கீகாரம் பெறுகிறது. ஆகவே, நமக்கொரு தேசியமொழி – அலுவல் மொழி – தொடர்புமொழி தேவை” என்று ஏதோ நாட்டுநலனில் அக்கறைக் கொண்டதுபோலப் பேசும் அக்குறிப்பு, “இந்தியாவின் புராதனப் பெருமைகளின் உறைவிடமாகவும் இந்திய மொழிகள் அனைத்துக்கும் மூலவளமாகவும் இருப்பது சமஸ்கிருதம், சமஸ்கிருதத்திற்கு நெருக்கமாய் இருப்பது இந்தி. ஆகவே, இந்திக்குதான் தேசியமொழியாகும் தகுதி இருக்கிறது” என்கிறது.

அரசதிகாரக் கட்டமைப்பிற்குள் ஊடுருவியிருக்கும் ஆரிய மேன்மைவாதிகள், இந்தியப் பெருநிலப்பரப்பிற்கு மிகவும் பிற்காலத்தில் வந்துசேர்ந்த ஆரியர்களை இந்தியாவின் பூர்வகுடிகளெனத் திரித்துக் காட்டுவதற்காக, ஆரியர்களின் சமஸ்கிருதத்தை இந்தியப் புராதனப் பெருமைகளின் உறைவிடமாகவும் இந்திய மொழிகள் அனைத்துக்கும் மூலவளமாகவும் காட்டும் மோசடியில் தொடர்ந்து ஈடுபட்டுவருகிறார்கள் என்பதற்கு 2009–2014 காங்கிரஸ் ஆட்சியில் வெளியான இந்தக் குறிப்பு ஒரு சான்று. இதே பொய்யைத்தான் 2019ஆம் ஆண்டு ஆர்.எஸ்.எஸ். மோகன்பகவத் “சமஸ்கிருதம் இல்லாமல் இந்தியாவை முழுமையாக விளங்கிக்கொள்ள முடியாது. இந்தியாவின் பழங்குடி மொழிகள் உட்பட இந்தியாவின் மொழிகள் அனைத்திலுமே 30% சொற்கள் சமஸ்கிருதத்திலிருந்து பெறப்பட்டவை” என்று புளுகியிருக்கிறார்.

சமஸ்கிருத வாரம் கொண்டாடுவது, தமிழ்நாட்டில் சமஸ்கிருதம் தெரிந்த 26ஆயிரம் பேருக்கு மட்டுமே *தூர்தர்ஷனில்* சமஸ்கிருத செய்தியறிக்கை வாசிப்பது, கல்வியின் எல்லா மட்டத்திலும் சமஸ்கிருதத்தை முன்னிலைப்படுத்தும் படியாகத் தேசியக் கல்விக்கொள்கையை வகுத்தது, மாணவர்களுக்குச் சமஸ்கிருத சுலோகங்களில் போட்டி நடத்துவது, சமஸ்கிருதப் பல்கலைக்கழகங்களை உருவாக்குவது, சமஸ்கிருதப் பரவலுக்குப் பெருந்தொகையை ஒதுக்குவது எனச் சமஸ்கிருத்தைச் சுமந்தலையும் பாரதிய ஜனதா கட்சியின் ஆட்சி இந்தித் திணிப்பில் ஈடுபடுவதற்குக் காரணம் இல்லாமலில்லை. சமஸ்கிருதத்தைப் பொதுமொழியாக – தொடர்புமொழியாக ஆக்குவதற்கு இசைவான சூழல் உருவாகும்வரை இடைக்கால ஏற்பாடாக இந்தியை முன்னிறுத்துவது *(As a solution to the problem of 'lingua franca, till the time sanskrit takes that place we shall have to give priority to Hindi on the score of convenience)* என்று ஆர்.எஸ்.எஸ்.க்கு கோல்வால்கர் வகுத்துக்கொடுத்த நிலைப்பாடுதான் இதற்குக் காரணம். இந்தப் பின்னணியில்தான் உள்துறை அமைச்சர் அமித்ஷா தலைமையிலான அலுவல் மொழிக்கான நாடாளுமன்றக் குழுவின் பரிந்துரைகளைக் காண வேண்டியுள்ளது.

அலுவல் மொழியாக இந்திப் பயன்படுத்தப்பட்டுவருவதன் நடப்பு நிலவரம் பற்றி ஐந்தாண்டுகளுக்கொரு முறை குடியரசுத் தலைவரிடம் அறிக்கை தரும் நடைமுறைக்கு மாறாக, இப்போதைய குழு மூன்றாண்டுகளுக்குள் இரண்டு அறிக்கைகளைக் கொடுத்துள்ளது. அவ்வளவு வேகம். இரண்டாவது அறிக்கையின் 112 பரிந்துரைகள் என்னென்னவென்று அறிவிக்கப்படாவிட்டாலும், பிஜூ ஜனதாதளம் நாடாளுமன்ற உறுப்பினரும் இந்தக்குழுவின் துணைத்தலைவருமான பர்த்ரிஹரி மஹ்தாப், இப்பரிந்துரைகள் தேசியக் கல்விக்கொள்கைக்கு இசைவாகத் தயாரிக்கப்பட்டிருப்பதாகத் தெரிவித்துள்ளார். *(எகனாமிக் டைம்ஸ், 2022 அக்டோபர் 9).*

நாட்டின் பெரும்பகுதியினரால் பேசப்படுகிற – எழுதப்படுகிற – புரிந்துகொள்ளப்படுகிற மொழியாக இந்தி இருக்கிறது என்கிற நெடுங்காலப் பொய்யின் மீதே இந்த அறிக்கையும் நிறுவப்பட்டுள்ளது. 1961ஆம் ஆண்டு மக்கள்தொகை கணக்கெடுப்பின்படி இந்திப் பேசுவோர் 30.39% (13.34 கோடி) என்றிருந்த நிலை 2011ஆம் ஆண்டு மக்கள்தொகை கணக்கெடுப்பில் 43.63% (52.83 கோடி) என அதிகரித்துள்ளதாகக் காட்டப்படுகிறது. குறைந்தபட்சம் 10000 பேருக்கு மேல் பேசக்கூடிய மொழிகளில்

55 இந்தியின் கீழ் கொண்டுவரப்பட்டு அம்மொழிகளைச் சேர்ந்த கோடிக்கணக்கானவர்களை இந்திப் பேசுவோர் பட்டியலில் அடைக்கும் வேலை கடந்த ஐம்பதாண்டுகளில் நடந்துள்ளது. இவர்களைக் கழித்துவிட்டால் இந்திப் பேசுவோர் எண்ணிக்கை என்னவாகும்? அரசமைப்புச் சட்டத்தின் எட்டாவது அட்டவணையில் சேர்ப்பதற்கான பரிசீலனையில் யுபிஏ2 காலந்தொட்டுக் கிடப்பில் போடப்பட்டுள்ள போஜ்புரி உள்ளிட்ட 38 மொழிகளையும் தனித்தெடுத்தால் இதுகாறும் ஊதிக்காட்டப்பட்ட இந்திப் பேசுவோர் அளவு வெகுவாகச் சுருங்கிப்போகும். அப்படியே பெரும்பான்மையாக இருந்தாலும் அதற்காக எப்படி மற்ற மொழியினர் மீது திணிக்கமுடியும்?

இனி, ஊடகங்கள் வழியே தெரியவந்துள்ள சில பரிந்துரைகளைப் பார்ப்போம்:

- அன்னியமொழியான ஆங்கிலத்தை தவிர்க்கவே முடியாத இடங்களிலும் தருணங்களிலும் மட்டுமே பயன்படுத்துவது. மற்ற எல்லா நிலைகளிலும் இந்தி அல்லது உள்ளூர் மொழியைப் பயன்படுத்துவது.

ஆங்கிலத்தைப் போலவே இந்தியும் இந்தியர்களில் பெரும்பான்மையினருக்கு அன்னிய மொழியே. அதல்லாமல் இந்தியைத் தவிர்த்த பிறமொழிகள் அனைத்தையும் உள்ளூர் மொழிகள் என்று சுட்டுவதில் எடுத்தயெடுப்பிலேயே இந்தியை நாடுதழுவிய மொழியாகக் காட்டும் சூதுள்ளது. 'உள்ளூர் மொழி'களும் பயன்பாட்டில் இருக்கும் என்று சொல்லப்பட்டாலும் நடைமுறையில் அதிகாரத்தின் தோளேறிவரும் இந்திதான் கோலோச்சும் என்பதை அறிக்கை மறைக்கிறது.

- ஒன்பதாம் வகுப்புவரை கட்டாயமாக இந்தி.

சரி, அதன்பின்? ஐஐடி, ஐஐஎம், மத்தியப் பல்கலைக்கழகங்கள், கேந்திரிய வித்யாலயா, நவோதயா பள்ளிகள் அனைத்திலும் இந்திப் பயிற்றுமொழியாக்கப்பட வேண்டுமாம். அனாடமி என்கிற ஆங்கிலச் சொல்லுக்கு நேரானதொரு சொல்லைக்கூட கொண்டிராத இந்தியை எல்லா வகுப்புகளுக்கும் பயிற்று மொழியாக்குவது நமது குழந்தைகளின் எதிர்காலத்தைப் பாழடிப்பதாகும். இந்திப் பேசாத மாநிலங்களிலிருந்து இந்த நிறுவனங்களுக்குப் படிக்கச்செல்லும் மாணவர்களுக்கும் இந்திதான் பயிற்றுமொழி என்பதை எப்படி ஏற்கமுடியும்?

- அரசுப் பணிகளுக்கு ஆளெடுக்கும் போட்டித் தேர்வுகளில் உள்ள ஆங்கில மொழித்தாளை நீக்கி இந்தி மொழித்தாளைப் புகுத்துவது.

இந்திப் பேசும் மாநிலத்தவருக்கு இது எளிதாகும் அதேவேளையில், இந்திப் பேசாத மாநிலங்களைச் சேர்ந்தவர்கள் புதிதாக இந்தியைக் கற்று அதில் தேர்வெழுதி தேர்ச்சிபெற்றாக வேண்டும் என்கிற கட்டாயத்திற்குள்ளாக்கப்படுவர்.

- இந்திப் பேசும் மாநிலங்களில் ஒன்றிய அரசின் அலுவலகப் பணிகளில் இந்தியைப் பயன்படுத்தாத ஊழியர்களையும் அலுவலர்களையும் எச்சரிப்பது, எச்சரித்தும் மாறாதவர்கள் பற்றி 'வருடாந்திர பணிச்செயல்பாட்டு மதிப்பீட்டறிக்கையில் *(Annual Performance Assessment Report –APAR)* குறிப்பிட வேண்டும்.

1956ஆம் ஆண்டு வெளியான பாலகங்காதர் கெர் கமிட்டியின் அறிக்கை, குறிப்பிட்ட காலவரம்பிற்குள் இந்தியைப் படித்துப் புழங்குமொழியாகக் கைக்கொள்ளாத அரசு ஊழியர்களுக்கு அபராதம் விதிக்கவேண்டும் என்று மிரட்டியது. இப்போதைய அறிக்கை, அவர்களது ஆண்டு உயர்வுத்தொகை, பதவி உயர்வு போன்றவற்றைத் தடுக்கமுடியும் என்று சூசகமாக மிரட்டுகிறது. இந்திக்குக் கொடுக்கும் இதே முன்னுரிமையை மற்ற தேசிய மொழிகளுக்கு அந்தந்த மாநிலங்களில் கொடுத்தாக வேண்டும் என்று இந்த அறிக்கை பேசவில்லை. தமிழ்நாட்டில் ஒன்றிய அரசு அலுவலகங்களில் மட்டுமன்றி, நெடுஞ்சாலை மைல்கற்களில்கூட தமிழ் புறக்கணிக்கப்படுவதுடன் இந்தி வம்படியாகத் திணிக்கப்படுகிறது. 1976 அலுவல்மொழி விதிகள் தமிழ்நாட்டிற்கு விலக்களித்துள்ளதைச் சுட்டிக்காட்டி இங்குள்ள அலுவலங்களில் இயங்கும் அலுவல்மொழி / இந்திப் பிரிவு கலைக்கப்பட வேண்டும் என்று நாடாளுமன்ற உறுப்பினர் சு.வெங்கடேசன் எழுப்பிய கோரிக்கை கவனங்கொள்ளத்தக்கது.

- வடகிழக்கு மாநிலங்களுக்கு 22 ஆயிரம் இந்தி ஆசிரியர்கள் நியமனம்.

யாருக்கு யார் வடகிழக்கு என்று கேள்வியெழுப்புமளவுக்குத் தனித்துவமான பண்பாட்டுப் பின்புலமும் மொழிவளமும் கொண்ட அந்த மாநிலங்களை 'இந்து / இந்திப்பிரதேசமாக மாற்றும் வேலையில் சங்பரிவாரத்தினர் பல ஆண்டுகளாக ஈடுபட்டுள்ளனர். அங்குள்ள 9 பழங்குடிகள் தங்களது தாய்மொழியைத் தேவநாகரி வடிவில் எழுதுவதற்கு ஒப்புக்கொள்ள வைக்கப்பட்டுள்ளதையும், 10ஆம் வகுப்புவரை கட்டாயமாக இந்திப் பயிற்றுவிக்கப்படுவதற்கு எட்டு வடகிழக்கு மாநிலங்களின் அரசுகளும் ஒப்புதல் தெரிவிக்கும் நிலைக்குத் தள்ளப்பட்டுள்ளதையும் இவ்வறிக்கை பெருமையுடன் பட்டியலிடுவதுடன் சேர்ந்ததே இந்த நியமனப் பரிந்துரையும்.

இன்னும், உயர்நீதிமன்ற உத்தரவுகளை இந்தியில் மொழிபெயர்ப்பது, இந்தி மொழி அகராதியைத் தற்காலப்படுத்தி வெளியிடுவது, அலுவலகங்கள் அமைச்சரகங்கள் துறைகள் உள்ளிட்டவற்றின் அறிவிக்கைகள் அழைப்பிதழ்கள் நிகழ்ச்சித் தொகுப்புகளை இந்தி / உள்ளூர் மொழியில் மட்டுமே தயாரித்தல், நாடாளுமன்ற நிகழ்ச்சிநிரல்களில் 70% மட்டுமே இந்தியில் என்றிருப்பதை அதிகரித்தல், ஐக்கியநாடுகள் அவையின் அலுவல் மொழிகளில் ஒன்றாக இந்தியை ஏற்கச் செய்தல் – என்று இதுவரை தெரியவந்துள்ள பரிந்துரைகளில் 'இந்திதான் இந்தியா' எனக் காட்டுவதற்கான கெடுமுயற்சியைத் தவிர வேறெதையும் காணமுடியவில்லை.

ஒரே நாடு, ஒரே மதம், ஒரே பண்பாடு, ஒரே தேர்தல், ஒரே தேர்வாணையம், ஒரே சீருடை என்று சங்பரிவாரத்தினரின் பாஜக ஆட்சி நாட்டின் பன்மைத்துவத்தை ஒழித்துக்கட்ட மேற்கொண்டிருக்கும் நாசகரத் திட்டத்தின் பகுதியாகவே ஒரே மொழி என்பதும் இப்போது திணிக்கப்படுகிறது. 1918ஆம் ஆண்டிலிருந்து இந்திப் பிரச்சார சபாக்கள் இயங்கிவருகின்றன. விருப்பமுள்ளவர்களும் தேவைப்படுகிறவர்கள் படித்துக் கொள்கிறார்கள். இவர்கள் இந்தியைக் கட்டாயமாகுவதன் மூலம் அதன்மீது வெறுப்பை வளர்க்கவே முயற்சிக்கிறார்கள். இந்திப் பேசாத மாநிலங்கள் மீது இந்தித் திணிக்கப்படாது என்று இந்திய நாடாளுமன்றத்தால் ஒன்றுக்கு மேற்பட்ட தடவைகளில் தரப்பட்ட உறுதிமொழிகளை இப்போதைய பரிந்துரைகள் கவனத்தில் கொண்டிருப்பதாக உணர முடியவில்லை. ஆங்கிலத்தின் இடத்தைத் தேசியமொழிகளால் நிரப்புவது என்று சொல்லிக்கொண்டு இந்தியைத் திணிப்பதானது வெறும் மொழிப்பிரச்னை மட்டுமல்ல, மாநிலங்களின் உரிமையிலும் தனித்துவத்திலும் தலையிடுவதுமாகும். மாநிலங்களை ஒன்றிய அரசின் காலனிகளாக்குவதுபோலவே நாட்டின் மொழிகள் அனைத்தையும் இந்திக்குக் கீழ்ப்படுத்தும் எந்தவொரு முயற்சியும் முறியடிக்கப்பட வேண்டியதே.

1937 முதல் இன்னல் பல ஏற்று, ஈகங்கள் புரிந்து, இந்தித் திணிப்பினை முறியடித்து மொழியுரிமையைப் பாதுகாத்து வந்திருக்கும் தமிழ்நாட்டு மக்கள் முன்னிலும் தீரமுடன் இப்போதைய அச்சுறுத்தலையும் எதிர்கொண்டு முறியடிப்பார்கள். அதற்காக, மொழிகளின் தனித்துவத்தையும் மொழிகளுக்குள் சமத்துவத்தையும் பேணவேண்டும் என்று நாடு முழுவதும் கிளம்பியுள்ள எதிர்ப்பலைகளை ஒருமுகப்படுத்தியாக வேண்டும். இந்தித் திணிப்பு எதிர்ப்பு – மொழியுரிமைப் பாதுகாப்பு மாநாட்டினை தமுஎகச நடத்துவதும் அதன்பொருட்டே.

முன்னுரை

தேயிலையின் நிலை தங்கத்தைவிட மேலானது; தொழிலாளர் நிலை தகரத்தைவிட கீழானது?

சீனப் புத்தபிக்கு ஒருவரின் வெந்நீர்க் கோப்பையில் விழுந்த தேயிலையிலிருந்து உலகின் முதல் தேநீர் உருவானதென்னவோ தற்செயலானதுதான். ஆனால் அதற்குப் பிந்தைய இந்த இரண்டாயிரம் ஆண்டுகளிலோ உலகமாந்தர்களால் தண்ணீருக்கு அடுத்தபடியாக அதிகளவில் பருகப்படுவதாகப் பரவியிருக்கும் இந்தத் தேநீரின் ஒவ்வொரு சொட்டும் திட்டமிட்ட உழைப்பறிவில் ஊறியே நம் கோப்பையை வந்தடைகிறது. இயற்கையில் விளைந்துவந்த தேயிலை ஒரு விற்பனைப்பண்டமாக ஆனபோது அந்தப் பண்டத்தை உற்பத்திச்செய்யும் உயிருள்ள பண்டங்களாக வாங்கப்பட்ட தொழிலாளர்களின் வாழ்க்கையை நம்மிடம் பேச வந்துள்ளது இந்தக் கூப்புக்காடு நாவல்.

மலைக்காடுகளை ஆக்கிரமித்து ஓங்கியுள்ள புதர்களை வெட்டிச் சுத்தப்படுத்தி முதலில் ஏலக்காய் பயிரிடப்படும் காடுகளே கூப்புக்காடுகள் எனப்படும். ஏலக்காய் வளர்ந்திட நிழல் தேவையென்பதால் இந்தக் கட்டத்தில் காட்டின் மரங்கள் விட்டுவைக்கப்படும். பைய நகர்ந்து வெகுகுறுகிய காலத்திற்குள் பல்லாயிரக்கணக்கான ஏக்கர் நிலத்தைக் கபளீகரம் செய்வதற்கான முன்களமே இந்தக் கூப்புக்காடு. அடுத்த நகர்வு, முதுநெடுமரங்களை வெட்டிக் காட்டின் அடர்த்தியைக் குறைத்து காபி பயிரிடுவது. எஞ்சிய மரங்களையும் வெட்டி, வேர் பெயர்த்து மலையை மொட்டையாக்கித் தேயிலை பயிரிடுவது அடுத்த கட்டம். இந்த நாவலுக்குள் இடம்பெற்றுள்ள மனிதர்களின் வாழ்வும்கூட இவ்விதமான கட்டங்களூடாகவே வளர்ந்து முடிகிறது.

உலகெங்கும் சீனத்தேயிலை பரவியதன் காரணத்தைத் தேநீரின் சுவையிலும் அது உண்டாக்கும் புத்துணர்ச்சியிலும்தான் தேடமுடியும். மேற்கத்திய நாடுகள் தேயிலைக்காக நடத்திய திருட்டுகள், கொள்ளைகள், மோசடிகள் ஆகியவற்றை இந்நூலில் படிக்கும்போது, என்னதான் ஜிகினா பூசிக்கொண்டு வந்தாலும் எல்லாக்காலங்களிலும் முதலாளியத்தின் அடிப்படைப்பண்பாக

`திருடுதல்' தான் இருக்கிறதெனத் தோழர் எஸ்.வி.ஆர் சொல்வது நினைவுக்கு வருகிறது. இயற்கை வளத்தையும் மனித உழைப்பையும் திருடுவதற்கு முதலாளித்துவம் எப்படி மனிதப்பண்பற்றதாக மூர்க்கமுடன் இயங்குகிறது என்பதைப் பெருந்தோட்டத்தொழில்களில் ஒன்றான தேயிலைக்காடுகளில் காணலாம். தொரைகள், சின்னதொரைகள், கங்காணிகள் ஆகியோருடன் ஒப்பிடும்போது, அங்கு நேரடியாகவே தொழிலாளர்களின் ரத்தம் உறிஞ்சும் அட்டைகளைச் சாத்வீகமானவை என்று நற்சான்று வழங்கிவிடலாம்.

தேயிலை சீனாவிலிருந்து வந்திறங்குவதற்கு முன்பாகவே இந்தியப் பெருநிலப்பரப்பில் அஸ்ஸாமில் வளர்ந்திருக்கிறது. 1800களின் நடுவாக்கில் இலங்கைக்கும் தென்னிந்தியாவுக்கும் வந்துவிட்டது. ஆனைமலையின் 56 காடுகளில் தேயிலையைப் பயிரிட்டு வளர்த்து அரும்பும் கொழுந்துமெடுத்துப் பக்குவமாக்கி அனுப்பிட தலைமுறை தலைமுறையாக அங்கேயே தங்கி உழைத்துவரும் தொழிலாளிகள் யார், அவர்கள் எங்கிருந்து வந்தவர்கள், எப்படியான வாழ்நிலை அவர்களுக்கு வாய்த்திருக்கிறது என்பவற்றை சொல்லிடவே ஆரா இந்த நாவலை எழுதியிருக்கிறார். ஆனால் அந்தத் தோட்டக்காடுகளின் பிள்ளையாய்ப் பிறந்து வளர்ந்த அவரின் வழியே அந்தத் தொழிலாளர்களின் கண்ணீரும் வியர்வையும் ரத்தமும் தத்தமக்கான வழிபிரித்து வழிந்தோடுவதாய் இந்நாவல் வேறொரு தளத்திற்கு நகர்கிறது.

அகழியால் சூழப்பட்ட லைன்வீடுகளில் குடிவைக்கப்பட்ட தொழிலாளர்கள், உள்ளே போய் மாட்டிக் கொண்டால் வேல்கம்புகளுடன் காவலிருக்கும் அடியாட்களை மீறி ஓடவும் முடியாது ஒளியவும் முடியாது. அந்தளவுக்குக் கொடிய உழைப்புச் சுரண்டலுக்கும் ஒடுக்குமுறைகளுக்கும் ஆளானபோதிலும் அந்தத் தொழிலாளர்கள் தமக்கான கொண்டாட்டங்கள் குதூகலங்களுடன் வாழ்வதை அவர்களுக்குள் தோய்ந்து எழுதியுள்ளார் ஆரா. பொங்கல், வாலிபால் போட்டிகள், சினிமா பாட்டுப் புத்தகங்கள், டெக் போட்டு சினிமா ஓட்டுதல் என்று சின்னச் சின்ன சந்தோஷங்கள் வழியே பேரிழப்பின் துயரங்களை அவர்கள் கடக்கப் பார்க்கிறார்கள்.

"நாம் வால்பாறைக்காரங்க" என்ற உணர்வை தனியொரு தேசமாக உருவகிக்கும் அளவுக்கு அந்தப் பகுதியுடன் திளைத்திருக்கும் ஆராவின் நினைவடுக்கில் உயிர்ப்புடனுள்ள சொந்த அனுபவங்களும் அவர்தம் மக்களது இருநூறாண்டு கால வாய்மொழி வரலாற்றின் சாரமும் அம்மக்களின் கூட்டனுபவமாகக்

கரைந்து வகைமாதிரியான கதாபாத்திரங்களால் பகிர்ந்து வெளிப்படுத்தப்பட்டுள்ளது.

தேயிலையின் ஒவ்வொரு கட்டத்திலும் அதன் மதிப்பு கூட்டப்பட்டுக்கொண்டே வந்து “தேயிலை தங்கத்தைவிடவும் மேலானது” என்கிற உச்ச நிலையை எட்டுகிறது. ஆனால் தங்கத்தை விடவும் மேலான அந்தத் தேயிலையை விளைவித்துத் தரும் தொழிலாளர்கள் சம்பள அட்வான்ஸ் என்னும் மாயவலையில் சிக்கி அற்பக்கூலிக்கு ஆயுளையும் ஆன்மாவையும் அடகுவைக்கும் அவலம் நம்மைத் திடுக்கிட வைக்கிறது. தமது உழைப்பின் விளைபொருளாம் தேயிலையால் உலக மாந்தருக்கெல்லாம் புத்துணர்ச்சி கொடுக்கும் இந்தத் தொழிலாளர்கள் வெத்துணர்ச்சிகூட இல்லாத ஜடங்களாக மாறிவிடுவதைத் தடுக்க வேண்டுமானல் அவர்கள் தமக்குரிய “வியர்வைப் பங்கினை” கோரும் வர்க்கவுணர்வைப் பெற்றாக வேண்டும் என்பதை கதைக்குள் வைத்துப் பேசுகிறார் ஆரா. மேலாண்மையியலில் அவரது ஆழ்ந்த படிப்பு இதற்கான தர்க்கங்களை வலுவாக எழுப்புகிறது.

21ஆம் நூற்றாண்டுக்கான நவீன வாழ்க்கையை வாழவிரும்பும் நமக்கு 16ஆம் நூற்றாண்டின் சுரண்டல்வெறியுடன் அலையும் தற்கால முதலாளித்துவம் இணைப்பொருத்தமோ ஏற்புடையதோ அல்ல. உலகமயமாக்கலின் வழியே மீண்டும் நாடு நவகாலனியத்திற்குள் சென்று கொண்டிருக்கும் இவ்வேளையில் கடந்த காலனியாட்சியின் அவலங்களைப் பேசுவதின் மூலம் இந்நாவல் நம்காலத்திற்கான எச்சரிக்கை மணியாக ஒலிக்கிறது.

உழைப்புக்களத்திலும் ஒன்றித்த வாழ்விலும் அவர்களுக்குள் உண்டாகும் அன்பு, காதல், கோபம், துரோகம், வஞ்சகம், அடிமை மனோபாவம், போர்க்குணம் என மனிதசுபாவங்கள் யாவும் நிரம்பப் பெற்ற அவர்களது வாழ்வைப்பற்றி எழுதுவதற்கு இனி என்ன இருக்கிறது என்று இரா.முருகவேளின் மொழிபெயர்ப்பில் வெளியான டேனியலின் `எரியும் பனிக்காடு’ நாவலைப் படித்தபோது நான் நினைத்ததுண்டு. ஆனால் இன்னுமின்னும் எத்தனையோ நூல்கள் எழுதப்பட்டாலும் தீராத வாழ்க்கை அவர்களுடையது என்பதைக் கூப்புக்காடு உணர்த்துகிறது. இந்நூலைப் படிக்கிற ஆனைமலைத் தோட்டக்காட்டின் குழந்தைகள் இந்நூலின் தொடர்ச்சியாக தத்தமது வாழ்வின் வண்ணங்களைத் தீட்டக்கூடும். ஒரு புத்தகம் வெளியாவதன் பயன் அதுதானே!

10.06.2022

பாசறை என்பது காரணப்பெயர்

தலித் இலக்கியத்தில் தன்வரலாற்றுக்கென ஓர் இடமுண்டு. கருவிலேயே திருவுடையவராக தம்மைக் காட்டிக்கொள்ள எழுதப்படும் சுயசரிதை என்கிற ஜம்பக்கோப்புகளிலிருந்து அசலான வாழ்வனுபவத்தைக் காட்டும் தலித் தன்வரலாறுகள் முற்றிலும் மாறுபட்டவை. அலங்காரமான மொழியோ உவமைகளோ ஒப்பீடுகளோ பொய்யோ புனைசுருட்டோ இல்லாமல் தன் வாழ்வை வாழ்ந்த – வாழ்ந்துகொண்டிருக்கிற விதமாகவே முன்வைப்பவை இந்தத் தன்வரலாறுகள். அதனாலேயே அவர்கள் தங்களைப் பற்றிப் பகிரும் எந்தவொரு செய்தியும் சாதியமைப்பின் மீதும் அதன் ஆதரவாளர்கள் மீதுமான குற்றப்பத்திரிகையாக அமைந்துவிடுகிறது என்பதற்குத் தோழர் பாசறை செல்வராஜ் அவர்களின் இந்நூல் பொருத்தமானதோர் எடுத்துக்காட்டு.

காலனிக்காரங்க, சேரியாளுங்க, எஸ்.சி, அரிஜனம், தீண்டத்தகாதவர்கள் என்றெல்லாம் தம்மீது சுமத்தப்பட்ட அடையாளங்களின் பாரத்தால் நசுங்கிக்கிடந்த மக்கள் திரளினர், ஆதியில் பௌத்தர்களாயிருந்து பார்ப்பனீயத்தால் பௌத்தம் வீழ்த்தப்பட்டதன் தொடர்ச்சியில் நொறுக்கப்பட்ட ஆதிக்குடி என்னும் வரலாற்றைப் பொதித்த தலித் என்கிற அடையாளத்தைத் தெரிவு செய்யும் நிகழ்வுப்போக்கு முனைப்படைந்த காலகட்டத்தில் செல்வராஜ் பொதுவாழ்வுக்குள் தீவிரமாக நுழையும் வாய்ப்பினைப் பெற்றிருக்கிறார். தனது வாழ்நிலை எழுப்பிய கேள்விகளுக்கு விடைதேடும் தீவிரத்தின் வழியாக உள்திரண்ட கூருணர்வினால் அவர் மிக இளம்வயதிலேயே சாதியத்திற்கு எதிரான போராட்டத்திற்குத் தன் வாழ்வினை ஒப்புக்கொடுத்திருக்கிறார்.

அக்ரஹாரமும் அதைச் சுற்றி ஊரும், ஊருக்கு வெளியே சேரியுமாக உள்ள மூன்று நிலப்பரப்பில் தலித்துகளின் வாழ்விடம் சேரி. அக்ரஹாரத்தவர்கள் பெருநகரங்களுக்கு நகர்ந்து அங்கு மானசீகமாகப் பல அக்ரஹாரங்கள வலுவாக உருவாக்கிக்கொண்டுவிட்ட நிலையில் இப்போது எஞ்சியிருப்பவை ஊரும் சேரியும். உயர்வு தாழ்வு, மேலோர் கீழோர்,

புனிதம் தீட்டு, தூய்மை கலப்பு எனச் சாதியும் சனாதனமும் கட்டமைத்த எதிர்மைகளால் ஊராட்களுக்குள் ஓராயிரம் பிரிவினைகள் இருந்தாலும் சேரியாட்களை ஒதுக்குவதிலும் ஒடுக்குவதிலும் அவர்களுக்குள் அபார ஒற்றுமை நிலவுகிறது. எனவே ஊருக்கும் சேரிக்குமான உறவு வரலாறு நெடுகிலும் மோதலாகவே இருந்துவருகிறது. இந்த மோதலை முடிவுக்குக் கொண்டுவந்து சகோதரத்துவத்துடன் வாழ்வதன் அவசியத்தைத் தலித்துகள் புகட்டிக்கொண்டே இருக்கிறார்கள் என்பதை செல்வராஜூவும் நிரூபிக்கிறார்.

ஒரு வாழ்விடம் என்றால் அங்கு இருந்தேயாக வேண்டிய எந்தவோர் அடிப்படைக் கட்டமைப்பும் சேரியில் இருப்பதில்லை. அவற்றை உருவாக்கித் தரவேண்டிய அரசு மிக வெளிப்படையாகவே தன்னை ஊர்க்காரர்களுக்கு மட்டுமேயானதாகக் கீழ்ப்படுத்திக்கொண்டுள்ளது. ஆகவே கல்வி, சுகாதாரம், போக்குவரத்து, வேலை, பொழுதுபோக்கு உள்ளிட்ட வாழ்வாதாரத் தேவைகளைத் தேடி அடுத்துள்ள நிலப்பரப்பான ஊருக்குள் சேரிக்கார்கள் நுழைந்தாக வேண்டியிருக்கிறது. அவ்வாறு நுழைய மேற்கொள்ளும் எந்தவொரு முயற்சிக்கும் அவர்கள் ஊர்க்காரர்களின் கடும் எதிர்ப்பையும் வசவையும் தாக்குதலையும் அவமதிப்பையும் எதிர்கொள்ள வேண்டியுள்ளது. வேற்றுநாட்டவர் ஆக்கிரமிப்பை அல்லது அத்துமீறி நுழைவதைத் தடுக்கும் பட்டாளத்தவருக்கு நிகராக, தம்மையும் தமது வாழ்நிலத்தையும் நீர்நிலைகளையும் வழிபாட்டுத்தலங்களையும் கடவுளையும் சாதி மேன்மையினையும் தீட்டாக்க வரும் சேரிக்காரர்களைத் தடுத்தாகவேண்டும் என்று ஊர்க்காரர்கள் களமிறங்குகின்றனர். இன்னைக்கு இதைத் தடுக்காம விட்டா நாளைக்கு வூடேறி வந்து பொண்ணு கேட்பானுங்க என்று ஒவ்வொன்றையும் தடுக்கும் இந்தப் புனிதப்போரில் பங்கெடுக்குமாறு யாரும் யாருக்கும் கட்டளையிட வேண்டிய அவசியமின்றி ஒவ்வொருவருமே ஓராள் படையாக தம்மை வரித்துக்கொண்டு ஒவ்வொரு 15 நிமிடங்களுக்கும் ஒரு தாக்குதலைத் தொடுத்து வருகின்றனர்.

சேரிக்காரர்கள் மீதான தாக்குதல் ஆயுதத்தாலும் இருக்கலாம், காகிதத்தாலும் இருக்கலாம். ஊரெல்லையில் மோரிக்கல் மீது உட்கார்ந்துகொண்டு அந்தப்பக்கம் போய் வருகிற சேரிக்கார்களை மறித்து ஏளனம் பேசி வம்பிழுத்து சுய அரிப்பைத் தீர்த்துக்கொள்கிற அதே மனநிலையில்தான் இன்று சமூக ஊடகங்களில் பலர் உலாவுகிறார்கள். இவங்களுக்கெல்லாம் வந்த வாழ்வைப் பார்த்தாயா? இவங்களுக்கு என்ன தெரிஞ்சிருக்கப்

போவுது? படிச்சுப் பட்டம் பதவி வாங்கிட்டா அதுக்காக நாங்க மதிக்கணுமோ? என்று மழைக்குக்கூட பள்ளிக்கூடம் பக்கம் ஒதுங்காதவன் அம்பேத்கர் சிலையை அவமதிக்கிற அதே வன்மத்தைத்தான் இவர்கள் மொழிக்குள் பதுங்கி எழுதிக் குமிக்கிறார்கள். இவர்களது எழுத்துகளுக்கெல்லாம் பொழிப்புரை எழுதினால் அது பழிப்புரையாக இழிவதைக் காணலாம்.

ஆனால் இதற்காகவெல்லாம் பணிந்து சேரிக்காரர்கள் சேரிக்குள்ளேயே தம்மை முடக்கிக் கொள்வதில்லை. தமது இயல்புரிமைகளுக்காக அவர்கள் சேரியைத் தாண்டிக் கண்ணுக்குத் தெரிந்த/ தெரியாத தடுப்புகளைத் தகர்த்துக்கொண்டு ஊருக்குள் நுழைந்தபடியே இருக்கிறார்கள். அவ்வாறு செல்வது ஊர்தான் உயர்ந்தது என்கிற பிரமையிலிருந்து அல்ல, இந்தப் பூமியின் எவ்விடத்திற்கும் சென்றுவர தமக்கும் உரிமையுள்ளது என்பதை அறிவிப்பதற்காகவே. தம்மை ஒதுக்கிவைத்துவிட்டுப் பொது என்று பம்மாத்துச் செய்யும் ஊரின் போலித்தனத்தைக் கேலி செய்கிறார்கள். நிலம் நீர் காற்று தெய்வம் பண்டிகை கொண்டாட்டம் இடுகாடு என்று மனிதவாழ்வுடன் தொடர்புடைய அனைத்தையும் உண்மையாகவே பொதுவில் வை என்கிறார்கள். இருதரப்பும் ஒருதரப்பாக உணர்வதற்குத் தடையாக உள்ள சாமிகளையும் ஆசாமிகளையும் கருத்தாக்கங்களையும் தூக்கிப்போட்டு மிதிப்போம் வாவென இருகரம் விரித்து அழைக்கிறார்கள். இப்படியான பேராளுமைகளில் ஒருவராக உயர்ந்து நிற்கும் தோழர் பாசறை செல்வராஜ் அவர்களின் தன்வரலாறாக விரிகிறது இந்நூல்.

காஞ்சிபுரம் மாவட்டம் புத்தகரம் சேரியைப் பிறப்பிடமாகக் கொண்ட செல்வராஜ், ஏழாம் வகுப்புப் படிக்கும்போதே சாதியத்திற்கெதிரான தனது போராட்டத்தைத் தொடங்கி விட்டிருக்கிறார். பள்ளிக்கூடத்தில் நிலவும் பாகுபாட்டையும் தீண்டாமையையும் ஏற்கப் பொறுக்காமல் சக மாணவர்கள் சிலருடன் சேர்ந்து பள்ளிக்கூடப் புறக்கணிப்பை மேற்கொண்டிருக்கிறார். அது சேரியாட்கள் மீதான ஊராட்களின் வன்கொடுமை என்று திட்டவட்டமாகப் புரிந்துகொள்ள முடியாத வயதென்றாலும் தாங்கள் உணர்ந்த வலியை அப்படியே புகார்மனுவாக எழுதி வாலாஜாபாத்துக்கு நடந்தே சென்று பி.டி.ஓ அலுவலகத்தில் கொடுத்திருக்கிறார். அப்போது தொடங்கி இன்றுவரை ஓயாது தொடரும் தனது பயணத்தில் எழுப்பிவரும் ஒரே முழக்கம் சமத்துவம் என்பது மட்டுமே.

நாம் இவ்விடத்தில் கவனம்கொள்ள வேண்டிய விசயம், ஏழாம் வகுப்பு படிக்கும் அந்தச் சிறுவன் சமத்துவம் என்பதை

எந்தவொரு தத்துவம் அல்லது அமைப்பின் வழியாக அல்லாமல் தனது சொந்த வாழ்வனுபவத்திலிருந்தும் தேவையிலிருந்துமே கோரியிருக்கிறான். பெண்களும்கூட சமத்துவத்தை இவ்வாறே கோருகின்றனர். வாழ்வின் ஒவ்வொரு நொடியிலும் பூமியின் ஒவ்வொரு அங்குலத்திலும் பாரபட்சத்தையும் ஒடுக்குமுறையையும் எதிர்கொள்ளும் இவர்கள் சமத்துவத்திற்கும் குறைவான எதுவொன்றையும் வேண்டவில்லை. இவர்களைப் பொறுத்தவரை சமத்துவம் என்பது புரட்சிகர முழக்கமோ அரசியல் இயக்கத்தின் இலட்சியமோ அல்ல, அன்றாட வாழ்விற்கு ஆதாரமான தேவை. ஒடுக்கப்பட்ட சாதியினருக்கும் பெண்களுக்கும் சமத்துவத்தின் மீதுள்ள இந்த இயல்பான விழைவை உள்ளுறையாகக் கொண்டே இந்தியாவில் கம்யூனிஸ்ட் இயக்கங்களின் செயல்திட்டம் உருவாக்கப்பட்டிருக்க வேண்டும். சமத்துவத்தை சமூக, அரசியல், பொருளாதார, பண்பாட்டுத் தளங்களில் அடைந்தாக வேண்டுமென்கிற தமது தவிப்பும் தேவையும் மார்க்சீயத்துடன் இணைக்கப்பட்டிருக்கும் என்று நம்பியே தலித்துகள் கம்யூனிஸ்ட் இயக்கங்களுக்குள் அணிதிரள்கிறார்கள்.

செல்வராஜ் தொடக்கத்தில் எம்சிபிஐ என்கிற கட்சியில் கொஞ்சகாலம் இருந்து பார்த்திருக்கிறார். பிறகு அதிலிருந்த சாதிய சாய்மானம் கண்டு வெதும்பிப்போய் வெளியேறியிருக்கிறார். அந்தக் கட்சியின் ஆட்களை அளவீடாக வைத்து மார்க்சீயத்தை எடைபோடக்கூடாது என்கிற தெளிவு அவருக்குள்ளது. எனவே மார்க்சியத்தின் மீதான அவரது பற்று சற்றும் குறையாமல் வலுப்பட்டே வந்துள்ளது. வாய்ப்புள்ள களங்களில் இடதுசாரிகளுடன் இணைந்து செயல்படுவதிலும் அக்கறை கொண்டுள்ளார். பின்னாளில் அவர் புதிய தமிழகம், பாட்டாளி மக்கள் கட்சி, விடுதலைச் சிறுத்தைகள் கட்சி எனப் பல்வேறு அமைப்புகளில் செயல்பட்டு வந்திருந்தாலும் அவற்றையெல்லாம் அவர் சாதியொழிப்பு சமத்துவம் சார்ந்த தனது கருத்தியலைப் பரப்பும் களங்களாகவே கண்டுவந்திருக்கிறார்.

ஒரு தனிமனிதரின் அன்றாட வாழ்வு இவ்வளவு செயலடர்த்தியும் பரபரப்பும் பொதுநலமும் கொண்டதாக இருக்குமா என்று வியக்குமளவுக்கு அவர் தனது வாழ்வை வடிவமைத்துக் கொண்டுள்ளார். இயல்பானவை எனச் சகித்தேற்கப்பட்ட பல விசயங்களில் அவர் கண்டுணர்ந்த பாகுபாடுகள், ஒவ்வொரு நாளும் அவரது கவனத்திற்கு வந்த பிரச்சினைகள், அவற்றுக்கான தீர்வுகள், தீர்வுக்கான போராட்டங்கள், போராட்டங்களால் ஏற்பட்ட இழப்புகள்

மற்றும் தொந்தரவுகள், நிரந்தரமற்ற வேலை, குடும்பத்தின் தேவைகளை நிறைவேற்ற இயலாத வறுமை, மன உளைச்சல், இத்தனைக்கிடையிலும் சமரசமில்லாத மனவுறுதி என்று இந்நூல் தொட்டுச்செல்லும் புள்ளிகள் நம்மை வெவ்வேறு உணர்வுநிலைக்குள் ஆழ்த்துகிறது. தனது நிலைப்பாடுகள் மற்றும் செயல்பாடுகள் குறித்து அவர் தன்னை சுயவிமர்சனம் செய்துகொள்ளும் பாங்கு பொதுவாழ்வில் உள்ளவர்கள் கைக்கொள்ள வேண்டியதாகும்.

அம்பேத்கர் பாசறை தொடங்கப்பட்டபோது அதன் தலைவராக தோழர் செல்வராஜ் தேர்ந்தெடுக்கப்பட்டுள்ளார். இதுபற்றிக் கூறும்போது, தன்னை விடவும் இந்தப் பொறுப்புக்கு மிகவும் தகுதியானவர் என்று தனது தோழர்களில் ஒருவரைக் குறிப்பிடுமளவுக்கு அவர் தன்னடக்கமும் ஜனநாயக உணர்வும் கொண்டவராக இருக்கிறார். அம்பேத்கர் பாசறை காஞ்சிபுரம் மற்றும் அதன் சுற்றுவட்டாரப் பகுதிகளில் மட்டுமல்லாது தமிழகம் முழுமையிலும் ஆற்றியுள்ள பணிகள், அவற்றைப் பற்றிய ஆதாரங்கள் அனைத்தையும் ஒருசேர தொகுத்துப் படிக்கையில் அந்த அமைப்பு நீடித்திருக்க வேண்டும் என்கிற ஏக்கம் மிஞ்சுகிறது. உள்ளூர்ப் பிரச்சினைகள் முதற்கொண்டு உலகளாவிய பிரச்சினைகள் வரையாக அந்த அமைப்பின் தலையீடு காத்திரமாய் இருந்துள்ளது. அம்பேத்கரியக் கண்ணோட்டத்தை வளர்க்கும் முகத்தான் அது முன்னெடுத்த விவாதங்கள் இன்றைக்கும் பின் தொடரத்தக்கவை. தலித்துகளிடம் தீண்டாமை கடைபிடிக்கும் ஆதிக்கச்சாதியினர், தலித்துகளின் உழைப்பைச் சுரண்டுவதிலும் அவர்களது சொத்துகளையும் நிலங்களையும் அபகரிப்பதிலும் தயங்குவதில்லை. அவ்வாறாக பெருமாள்சாமி ஐ.ஜி உள்ளிட்ட பலராலும் காரணைப் பகுதியில் அபகரிக்கப்பட்ட அறுநூற்றுச் சொச்சம் ஏக்கர் பஞ்சமி நிலத்தை மீட்பதற்காக அம்பேத்கர் பாசறை விடுத்த அறைகூவலை ஏற்றுப் போராட்டக்களத்திற்கு வந்த தலித்துகள் மீது போலீஸார் துப்பாக்கிச்சூடு நடத்தி இருவரைக் கொன்றார்கள் என்கிற செய்தி அந்தக் கணத்தில் மயிரிழையில் உயிர்தப்பிய பதற்றத்துடனும் ஆவேசத்துடனும் இந்நூலில் எழுதப்பட்டுள்ளது.

தமது நிலங்களை மீட்டுக்கொள்ளப் போராடிய தலித்துகள் மீதான இந்தத் துப்பாக்குச்சூட்டிற்கு உத்தரவிட்ட அதிகாரி ஒரு தலித் என்கிற பதிவு முக்கியமானது. தலித்துகளைக்கொண்டே தலித்துகளை ஒடுக்குகிற கேவலமான உத்தியை ஆதிக்கச்சாதியினர் பலகாலமாகக் கைக்கொண்டுள்ளனர். பதவிகளிலும் பொறுப்புகளிலும் ஒட்டிக்கொண்டு பிழைப்பதற்காகத் தம்மைப்

பொது ஆட்களாகக் காட்டிக்கொள்ள வெகுவாகப் பிரயத்தனப்படும் இம்மாதிரியான கருத்தியல் அடிமைகள் குடியரசுத்தலைவராக, உயரதிகாரிகளாக, கலை இலக்கியவாதிகளாக, கட்சியாட்களாகப் பல ரூபங்களில் இயங்குவார்கள். ஆதிக்கவாதிகளை நோக்கி வீசும் வாளை இவர்கள் குறுக்கே பாய்ந்து நெஞ்சில் தாங்கிக்கொண்டு அந்தக் காயத்தைக் காட்டி ஏதேனும் ஆதாயம் தேடுவார்கள் என்பதற்கு மேலுமொரு சான்று.

தோழர் பாசறை செல்வராஜ் அவர்களின் தனிப்பட்ட வாழ்வும் தமிழகத்தின் சமூக அரசியல் பண்பாட்டுத்தளங்களில் இந்த அரைநூற்றாண்டுக்காலத்தில் நிகழ்ந்த மாற்றங்களின் வரலாறும் ஒன்றையொன்று இடைவெட்டிச் செல்வதைக் காணமுடிகிறது. இவ்வாறாக அந்தந்த வட்டாரங்களில் சமூக அசைவியக்கத்தைத் தூண்டி அடுத்தகட்டத்திற்கு மேலெடுக்க உழைத்தவர்களின் வரலாறுகளைத் தொகுக்கும்போது உள்ளீடற்ற அதிகாரப்பூர்வ வரலாறுகளை நிராகரிக்கும் ஒரு மாற்றினை உருவாக்க முடியும்.

வரலாற்றின் ஒருபகுதியாக தோழரின் வாழ்க்கை மாறியதன் பின்னே அவரது குடும்பத்தாரின் உழைப்பும் தியாகமும் இருந்ததைச் சொல்லியாக வேண்டும். அவர் பொருட்டு அவர்கள் அடைந்த துன்பங்களின் பட்டியல் மிக நீண்டது. சிறைக்கம்பிகளுக்குப் பின்னே இருந்து இணையரையும் குழந்தைகளையும் தொட்டுணர்ந்த கணங்களைப் பற்றிய வரிகளைப் படிக்கிறபோது பெருகும் துயரம் அடுத்தடுத்தும் அவர் போர்க்குணம் குன்றாது போராட்டங்களை முன்னெடுத்தைப் படிக்கும்போது ஆவேசமாகிறது.

பொதுவாழ்வு என்பதைத் தனிப்பட்ட வாழ்வைச் செழிப்பாக்கிக்கொள்ளப் பொறுக்கித்தின்னும் வழியாக்கிப் பலரும் சீரழிந்துவரும் நிலையில் அவர் தன் வாழ்வு குறித்து வெளிப்படையாக முன்வைத்துள்ள விசயங்கள் அவர்மீதான மதிப்பை உயர்த்துகின்றன. பொருளியல் வறுமை என்பது அறிவுரீதியாகவும் நேர்மையாகவும் செயல்படுவதற்குத் தடையாக இருந்துவிடக்கூடாது என்று அவர் இதுகாறும் கடைபிடித்துவரும் அறம் மெச்சத்தகுந்தது. இவ்வளவு ஆளுமைமிக்க ஒருவரது நூலுக்கு அணிந்துரை எழுதுவதற்கான அருகதை எனக்குண்டா என்கிற கேள்வியுடனேயே இதை எழுதியுள்ளேன். படியுங்கள்.

27.09.2022, அரூர்

மீனவர்கள் சத்தமாகத்தான் பேசுகிறார்கள், உங்களுக்குக் கேட்கிறதா?

கரைக்கு வந்த சிற்றலையில் கால் நனைத்துவிட்டுக் கடலைப் பார்த்துவிட்டதாகக் கற்பிதம் செய்து கொண்டிருப்பவர்களின் பட்டியலில்தான் என்பெயர் நீண்டநாள்களாக இடம்பெற்றுள்ளது. நான் விரும்பி உண்ணக்கூடியதாக மீன் எப்போதும் இருந்துவந்த போதிலும் அதை என் சாப்பாட்டுத் தட்டுக்கு கொண்டு வந்து சேர்த்தவர் யார் என்று எப்போதாவது யோசித்திருக்கிறேனா என்றால் அதுவும் இல்லை. எனக்குத் தெரிந்ததெல்லாம் உணவகங்களில் சொல்லக் கேட்டு பரிச்சயமான நாலைந்து வகை மீன்களின் பெயர்கள்தாம். ஆனால், கடலோரப் பகுதிகளிலிருந்து வந்து ஓசூரில் குடியேறியவர்கள் மீன் கடைகளில் வகைவகையாய்க் கொட்டிக்கிடக்கும் மீன்களிலிருந்து என்னென்னவோ பேர் சொல்லித் தங்களுக்கான மீன் வகைகளைத் தாங்களே தெரிந்தெடுத்து வாங்கிப்போவது கண்டு ஆச்சர்யப்படுவேன். என்றாலும் தின்பவர்களுக்கே இத்தனை தெரிகிறதென்றால் பிடிப்பவர்கள் அறிந்திருப்பது எவ்வளவு இருக்கும் என்று யோசித்ததில்லை.

காற்றழுத்தத் தாழ்வுநிலை, புயல், கடல் சீற்றம், கடல் உள்வாங்கியது, படகு கவிழ்ந்து மீனவர்கள் சாவு, கச்சத்தீவு அருகே இந்திய மீனவர்களிடம் இலங்கைக் கடற்படை அட்டூழியம், கடலோரக் காவற்படை அத்துமீறல் என்றெல்லாம் ஊடகங்களில் வரும் செய்திகளைப் பார்க்கிற நேரங்களில் அந்தக் கணத்திற்கான ஒரு சஞ்சலம் மனதுக்குள் ஏற்படும். ஆனால், அச்செய்திகளைத் தொடர் யோசிப்புக்கு நான் உள்ளாக்கியதில்லை. கடல் சார்ந்த பேரிடர்க் காலங்களில்கூட அதிகப்படியான சேதாரங்கள் குறித்த செய்தி திரும்பத்திரும்ப வருவதால் சற்றே உற்றுக் கவனித்திருப்பேனாக்கும். மற்றபடி கடலையும் மீனவர்களையும் நான் எந்தளவுக்குக் கவனத்தில் வைத்திருக்கிறேன்? நெய்தல் மாந்தர் என்கிற திணைத்துவமும் அதற்குரிய தனித்துவமும் கொண்ட கடல்சார் தொல்குடிகள் பற்றிய எனது அறிதலின் நிலை என்ன? தோழர் வறீதையா கான்ஸ்தந்தின் தனது கட்டுரைத் தொகுப்புக்கு முன்னுரை

கேட்ட மாத்திரத்தில் நான் இவ்வாறாகத்தான் யோசித்தேன். உண்மையில் என் போன்றவர்களுக்குள் இவ்வாறான கேள்விகளையும் சுயபரிசீலனையையும் எழுப்புவதுதான் அவரது எழுத்தின் நோக்கம் என்றால் அந்த நோக்கம் என்னளவில் நிறைவேறியிருக்கிறது என்பேன்.*

❍

நிலத்துக்கு முதுகையும் கடலுக்கு முகத்தையும் காட்டிக் கொண்டு வாழ நேர்ந்துள்ள துறைவன்களின் வாழ்க்கை என்னவாக இருக்கிறது என்பதையும் அதற்கான காரணங்களையும் தீர்வுகளையும் சமூகத்தின் விவாதப்பொருளாக்கும் தொடர் முயற்சியில் ஈடுபட்டிருப்பவர் தோழர் வறீதையா கான்ஸ்தந்தின். அவர்களது வரலாற்றையும் சமகால வாழ்வையும் முதலாவதாக அவர்களுக்கும் தொடர்ந்து சமவெளியினருக்கும் உணர்த்துவதை நோக்கமாகக் கொண்டு அவர் இப்பணியைச் செய்துவருகிறார். இவ்வகையில் அவர் ஏற்கெனவே எழுதிவந்துள்ள பல கட்டுரைகளின் தொடர்ச்சியில் வைத்துக் காணத்தக்க விதமாக இத்தொகுப்பு வெளிவருகிறது.

தமிழகத்தின் 13 மாவட்டங்களினினூடாக நீள்கிற 1076 கிலோமீட்டர் கடற்கரையில் 600 கடலோர கிராமங்கள் இருக்கின்றன. இவற்றில் வாழும் 9 லட்சம் மீனவர்கள் குறித்து எழுதப்பட்டிருப்பது போன்று ஒரு தோற்றத்தில் தெரியும் இக்கட்டுரைகள் அதற்கும் அப்பால் விரிந்து நாட்டின் கடல்வளம், புரதஉணவு, பாதுகாப்பு, இறையாண்மை, நீடித்த வளர்ச்சி, சூழல் பாதுகாப்பு, அண்டை நாடுகளுடனான உறவு, கொள்கை வடிவமைப்பில் உள்ள மேட்டிமைத்தனம் போன்றவற்றைப் பற்றி ஒரு கடற்குடியின் கண்ணோட்டத்தில் அறிவுச்சினத்துடன் விளக்கிப் பேசுகின்றன.

கடல் என்பது வெறுமனே கடலை மட்டுமே குறிப்பதில்லை. அது கரையில் காலங்காலமாக வாழ்ந்துவரும் மக்களையும் சேர்த்தே சுட்டுகிற பொதுப்பெயர். அம்மக்களைக் கரையில் வாழும் மீன்கள் எனலாம். அவர்கள் அங்கிருக்கும் வரையில்தான் வாழ்க்கை. அவர்களைப் பொறுத்தமட்டில் சாவதென்றாலும் கூட அது கடலிலோ கரையிலோ நிகழ்ந்துவிட வேண்டும். வறீதையா பிறிதோர் இடத்தில் மேற்கோள்

---

* வறீதயா கான்ஸ்தந்தின் ‘கடற்கோள் காலம்’ கட்டுரைத்தொகுப்புப் பற்றி

காட்டுவதைப்போல கடலைப் புரிந்துகொள்வதென்பது கடலைப் பார்த்துக்கொண்டிருப்பதுதான். இவர்கள் கடலை, கடலுக்குள் இடையறாது நிகழ்ந்துவரும் மாற்றங்களைக் கரையிலிருந்தும் கடலின் நடுவிருந்தும் வெவ்வேறு ஆழங்கள் தூரங்கள் நேரங்களிலிருந்தும் ஒருவர் கண்மாற்றி இன்னொருவர் கண் வழியே ஓயாது பார்த்துக்கொண்டே இருப்பவர்கள். ஆகவே, கடல் குறித்த மனிதஅறிவு என்பது மீனவர்களின் அறிவுச்சேகரத்தில் தங்கியுள்ளது. கரையோரம் ஆழ்கடல் என அறுவடைக்களம் சார்ந்தும், படகு விசைப்படகு கப்பல் எனக் கலம் சார்ந்தும், வலைகள் உத்திகள் நுணுக்கங்கள் சார்ந்தும் இவர்களுக்குள் தொழிற்சார் வேறுபாடுகள் இருந்தாலும் கடலின் மக்கள் என்ற பொதுமை அடையாளத்தின் கீழ் தலைமுறைதலைமுறையாகத் திரண்டுள்ள இவர்களது பாரம்பரிய அறிவின் துணைகொண்டே கடல் தொடர்பான எந்தவொரு முடிவும் எடுக்கப்பட வேண்டும்.

கடலுக்குள் நிகழும் மாற்றங்களும் அவற்றின் விளைவுகளான பேரிடர்களும் உண்டாக்கும் இழப்புகளைக் கடல் தானாகவே சரிசெய்து இயல்பை மீட்டுக் கொடுத்துவிடும் என்பது அரசுகள் உருவாகாத காலத்தில் உருவான நம்பிக்கையாக இருக்கலாம். ஆனால், காலவளர்ச்சில் குடிமக்களைக் காப்பதாக உறுதியேற்றுக்கொண்ட ஓர் அரசு உருவாகிவிட்ட நிலையில் பேரிடர் காலங்களில் இந்தக் கடல்சார் தொல்குடிகளைக் காக்க வேண்டியது அரசின் தவிர்க்கமுடியாத பொறுப்பாகிறது. மக்களின் புரதஉணவுத் தேவைக்கும் நாட்டின் பொருளாதாரத்திற்கும் அந்நிய செலாவணிக்குமாக உயிரைப் பணயம் வைத்துக் கடல்வளத்தைக் கரைக்குக் கொண்டுவந்து சேர்க்கும் மீனவர்களின் உழைப்பானது நாட்டு நலனுக்கான தீரமிக்கப் பங்களிப்பாகக் கருதப்பட்டு அந்தவகையில் அவர்களைக் காக்கும் பொறுப்பு அரசுடையதாகிறது. மீனவர்களின் கடல்சார் மரபறிவையும் சர்வதேச நவீன அறிவியல் தொழிற்நுட்பங்களையும் தகவல் தொடர்புச் சாதனங்களையும் இணைத்துப் பேரிடர்களை முன்கூட்டியே கணிப்பது, முற்காப்பு நடவடிக்கைகளை மேற்கொள்வது, தவிர்க்க முடியாமல் சிக்கிக் கொள்வோரைத் துரிதமாக மீட்பது, மீண்டும் தொழிலுக்குத் திரும்பும்வரை அவர்கள் சுயமரியாதையுடன் வாழ்வதற்கான நிவாரணத் திட்டங்களை வகுத்துச் செயல்படுத்துவது என இதுதொடர்பில் அரசு ஆற்றுவதற்கு அநேகக் காரியங்களுண்டு.

முற்காப்பு நடவடிக்கைகளால் சேதாரத்தின் அளவைக் குறைக்க முடியுமேயன்றி எந்தவொரு பேரிடரையும் தடுத்துவிட முடியாது. ஒரு பேரிடர் நிகழ்ந்துவிட்டதற்கும் அங்கு மீட்புப்பணி தொடங்குவதற்கும் இடையேயான

கால இடைவெளி எவ்வளவுக்கெவ்வளவு குறைகிறதோ அவ்வளவுக்கவ்வளவு உயிரிழப்புகளும் பொருட்சேதமும் குறையும். ஆனால், கடல்மேல் நடக்கும் இந்த உயிர்ப்போராட்டத்தை அதற்கேயுரிய பதைப்போடும் தீவிரத்தோடும் உணர்ந்துகொண்டு பொறுப்புணர்வுடன் செயலாற்றக்கூடியதாக அரசு இயந்திரம் இல்லை என்பதை அடுத்தடுத்த பேரிடர்களின் போது கிடைக்கப் பெற்ற கசப்பான அனுபவங்களின் வழியே நிரூபிக்கிறார் வறீதையா.

கண்ணுக்கெட்டிய வரை பரந்து விரிந்த கடலுக்குள் புகும் துணிச்சல், தன்னம்பிக்கை, சமயோசிதமான முடிவு, அலையின் வீச்சையும் காற்றின் போக்கையும் கணித்து எதிர்கொள்ளும் உடல்வலு ஆகியவற்றினால் கடலுக்குள் செல்லும் ஒவ்வொரு மீனவரும் வாழ்வின் மீதான தீராக்காதலால் கரைக்குத் திரும்ப விரும்புகிறார்கள். கடல் சென்று திரும்பும் ஒவ்வொரு மீனவரும் சராசரியாக 16 பேருக்கு வேலைவாய்ப்பளிப்பவராக இருக்கிறார் என்கிற போது அவர் உயிருடன் திரும்புவது அவரது குடும்பத்தாரையும் தாண்டி வேறு பலருக்கும் பிரார்த்தனையாக இருக்கிறது. பெரும்பாலான தருணங்களில் அந்த வேண்டுதலுக்கு மனமிரங்கும் கடல் சிலவேளைகளில் மூர்க்கமாக நிராகரிக்கிறது. தனக்குள் வருபவர்களை அதேரீதியில் பத்திரமாகத் திருப்பி அனுப்பும் பொறுப்பை அது நிறைவேற்றாத போதெல்லாம் மீனவக்குடிகள் உயிர் மற்றும் பொருட்சேதத்திற்கு ஆளாகின்றனர். இப்படியான தருணங்களில் அரசு அதிகாரிகளும் கடலோரக் காவற்படையினரும் துரிதமாக கடமையாற்ற வேண்டும் என்கிற எதிர்பார்ப்புப் பெரும்பாலும் பொய்த்துப்போகிறது என்பதை ஒக்கிப் புயல் மீட்பின் தோல்வி உணர்த்துகிறது. நுண்ணுணர் திறன் வாய்ந்த கருவிகளைக் கொண்டுள்ள அரசு ஒக்கிப் புயலின் போக்கையும் வேகத்தையும் கணிக்கமுடியவில்லை என்று உதட்டைப் பிதுக்குகிற போது, ‘கடல் நம்மை கைவிடாது’ என்கிற வெறும் நம்பிக்கையை மட்டுமே வைத்துக்கொண்டிருந்த மீனவர்களால் எப்படி உயிர் தப்பமுடியும்?

ஒக்கிப் புயலால் காணாமல் போக்கடிக்கப்பட்டவர்களை உயிருடனோ பிணமாகவோ மீட்பது, பாதிக்கப்பட்ட குடும்பங்களுக்குத் தேவையான நிவாரணங்களை வழங்குவது என்கிற கடமைகளை நிறைவேற்றத் தவறிய மத்திய மாநில அரசுகள், பாதிப்புகளின் முழுப் பரிமாணத்தை வெளியுலகத்தின் கவனத்திற்குக் கொண்டுவரும் முயற்சிகளையும் தடுத்தது. இதுதொடர்பில் அருள் எழிலன், திவ்யபாரதி போன்றோர் எடுத்திருந்த ஆவணப்படங்களைச் சுதந்திரமாகத் திரையிடுவதற்கும் கூட ஆனமட்டிலும் இடைஞ்சல் ஏற்படுத்தியது.

திவ்யபாரதியைக் கைதுசெய்து அவரது 'ஒருத்தரும் வரேல' படத்தைக் கைப்பற்றி அழிப்பதற்குக் காவல்துறை ஏவப்பட்டது. செய்தியாளர் சந்திப்பொன்றில் மத்தியப் பாதுகாப்பு அமைச்சர் வெளிப்படுத்திய அலட்சியமும் ஆணவமும் இந்த ஆட்சியாளர்களிடம் மீனவர்களுக்கு என்ன பெறுமதி என்பதைக் காட்டியது. தேர்ந்தெடுக்கப்பட்ட மக்கள் பிரதிநிதிகள் பாதிக்கப்பட்ட மக்களைச் சந்திக்கும் பரிவுணர்ச்சியும் அரசியல் சாசன பொறுப்புணர்வும் அற்றவர்களாக இருந்தனர். 7000க்கும் மேற்பட்ட மீனவர்கள் ஒன்றுதிரண்டு நடத்திய போராட்டத்தைக்கூட பொருட்படுத்த ஆட்சியாளர்கள் தயாரில்லை.

சுனாமி தொடங்கி அடுத்தடுத்து வந்த பல பேரிடர்களைக் காட்டி கடல்சார் தொல்குடிகளை அவர்களது பூர்விகப் பிறப்பிடம் - வாழ்விடம் - பணியிடமாகிய கடலோரத்திலிருந்து அப்புறப்படுத்தும் விதமான திட்டங்களைத் திணித்துவருகிறது அரசு. இத்திட்டங்களும் இவற்றை அமலாக்க நிறைவேற்றப்படும் ஒழுங்காற்றுச் சட்டங்களும், இவர்களை அப்புறப்படுத்திவிட்டுக் கடலோரத்தைச் சுற்றுலா, கேளிக்கை மற்றும் பெருந்தொழில் சார்ந்த நிறுவனங்களுக்குத் தாரைவார்ப்பதை நோக்கமாகக் கொண்டவை. கனிமக் கொள்ளையர்களுக்காகக் காட்டின் மக்களாகிய பழங்குடிகளைக் காடுகளிலிருந்து வெளியேற்றுவது, தொழிற்பேட்டை அல்லது எண்ணெய் / எரிவாயு கிணறுகளுக்காக வேளாண் நிலங்களைப் பறித்துக்கொண்டு விவசாயிகளை நிர்க்கதியாக்குவது உள்ளிட்ட அரசின் கார்ப்ரேட் ஆதரவுக்கொள்கை கடற்பரப்பில் இவ்வாறாக நீள்கிறது. அரசின் இத்தகைய தவறான அரசியல் சமூகப் பொருளாதாரக் கொள்கைகளால் பழங்குடிகள், கடற்குடிகள், சமவெளியினர் என்று அனைவருமே பாதிக்கப்படும் போது பாதிக்கப்பட்டவர்கள் என்கிற ஓரடையாளத்தின் கீழ் இவர்கள் ஒன்று திரள்வதற்கும் போராடுவதற்குமான தேவை இருப்பதை இத்தொகுப்பின் கட்டுரைகள் உணர்த்துகின்றன.

❍

சமவெளியிலிருந்து விலகியிருக்கும் கடற்குடிகளையும் சாதியம் விட்டுவைக்கவில்லை. அவர்கள் 21 சாதிகளாகப் பிரிந்திருக்கிறார்கள். ஆனால், கடற்கரைப் பொருளாதாரத்தைப் பெரிதும் கட்டுப்படுத்துகிறவர்களாகத் தொழிலோடு தொடர்பற்ற சமவெளிச் சாதியினர் இருந்து வருகின்றனர். மத நிறுவனங்கள் மீனவக் குடும்பங்களைக் கட்டுப்படுத்தும் அதிகாரத்தைப் பெற்றுள்ளன. உழைப்பின் வழி ஈட்டலும் அதைக் கைகுளிரச்

செலவழிப்பதும் அவர்களது இயல்பு. தொழிலுக்குச் செல்லாத காலத்திலும் செலவுக்குத் தடங்கல் இல்லை, வட்டிக்குக் கடன் வாங்குவதற்குத் தயங்குவதேயில்லை. தங்களது வாழ்வாதாரமான கடற்தொழில் என்றென்றைக்குமாக இருக்கப்போகிறது என்பதால் வேறு தொழில்களுக்கு மாறுவது குறித்துப் பெரும்பாலோர் யோசிப்பதில்லை. அதுகூட அவசியமில்லை என்பதால்தான். கல்வியில் நாட்டமில்லை என்கிற குற்றச்சாட்டு இவர்களைப் பொறுத்தமட்டில் அர்த்தமில்லாதது. ஏனெனில் தங்களது வாழ்வாதாரத்திற்கான அனுபவக்கல்வியைப் பட்டறிவை அவர்கள் எப்போதுமே கற்றும் பெற்றும் வருகிறார்கள். கடற்தொழிலின் ஆதாரமாக ஆண் விளங்குகிறான். மீன்பிடிக்காக பெண்கள் ஏன் கடல்புகுவதில்லை என்றொரு கேள்வியை இச்சமூகம் தனக்குள்ளேயே எழுப்பிக் கொள்ளாமல் இருந்திருக்காது. ஆயினும் தமக்குள்ளேயான வேலைப்பிரிவினையாக, கரையில் பெண்களுக்கென்று நிமிரமுடியாத அளவுக்கு வேலைகள் இருக்கின்றன.

மீனவச் சமூகத்தின் ஆதாரம் ஆண் என்றால் மீனவக் குடும்பத்தின் ஆதாரம் பெண். மீனவக்குடும்பத்தின் பொருளாதாரத்தைப் பெண்ணே நிர்வகிக்கிறாள் என்கிறார் வறீதையா. குழந்தை வளர்ப்பு, முதியோர் பராமரிப்பு, உறவு பேணல், பண்பாட்டுச் செயல்பாடுகள் என அத்தனையும் பெண்ணின் பொறுப்பாகக் கரையில் விடப்பட்டுள்ளன. எனில் கடலில் ஒரு பாதிப்பு என்றால் அது கடலோடு ஆணோடு முடிவதில்லை. இந்தப் பாதிப்பு கடலிலிருந்து கரைக்குத் தாவி அங்குள்ள அவர்களது குடும்பங்களையும் நிலைகுலையச் செய்கிறது. கடற்தொழிலுக்குச் செல்லும் குடும்பத்தின் ஆணை இழப்பதனால் ஏற்படும் சிரமங்களையும் துயரங்களையும் தாங்கிச் சுமக்கும் பெரும் பொறுப்புப் பெண்களிடம் வந்து சேர்கிறது. கடல்சார் கைம்பெண்களின் கையறு நிலை குறித்து வறீதையா விரிவாகப் பேசி நடைமுறைச் சாத்தியமுள்ள தீர்வுகளையும் பரிந்துரைக்கிறார்.

○

ஒக்கிப் புயல் ஏற்படுத்திய பேரிழப்புகள் கடலுக்குச் சென்று திரும்பும் மீனவர்களின் இயல்பைக் குலைத்திருக்கிறது. அடுத்த தலைமுறையினரைக் கடலுக்குப் பழக்குவதில் முன்னெப்போதுமில்லாத அளவுக்கு அவர்களிடையே தயக்கம் உருவாகியுள்ளது. ஆனால், கண்ணியமாக வாழ்வதற்கான மாற்றுத்தொழில் என்ன என்கிற கேள்வி அவர்களை மருட்டுகிறது. போதிய கல்வியின்மை, சமவெளிச் சமூகத்துடனான உறவிலுள்ள இடைவெளி, அரசின் பாராமுகம் என்றுள்ள நிலையில்

கடலை விட்டு எங்கே போவது என்கிற அரற்றலுக்கும் ஏன் போகவேண்டும் என்கிற துணிச்சலுக்கும் இடையே ஊசலாடும் அவர்களது மனம் ஒருநிலைக்குத் திரும்ப இன்னும் சற்று அவகாசம் தேவைப்படலாம். ஒருநிலை என்பது, கடற்குடிகள் - துறைவன்கள் என்கிற தங்களது வரலாற்று அடையாளத்தையும் வாழ்வாதார உரிமையையும் தக்கவைத்துக்கொள்வதற்காகப் போராடுவது என்பதுதான். அந்தத் திசையில் செல்வதற்கான முயற்சிகளுக்கு வலுவூட்ட வேண்டுமானால் மீனவர்கள் ஓர் அரசியல் சக்தியாக தம்மைத் திரட்டிக்கொள்வதும், மீனவர் நலன் சார்ந்து சிந்திக்கிற - செயலக்கறையுள்ளவர்கள் கொள்கை முடிவெடுக்கும் அதிகார மையங்களுக்குள் நுழைவதும் அவசியம் என்கிறார் வறீதையா.

பாரம்பரியமான மீன்பிடித்தொழிலைத் தக்கவைத்துக்கொண்டே சமகாலச் சிந்தனையோட்டங்களையும் வாழ்வியல் நாட்டங்களையும் கைக்கொள்ளும் ஆற்றல்மிக்கதாக மீனவக்குடி தன்னைத் தற்காலப்படுத்திக்கொள்ள வேண்டும் என்கிற அவரது சுயவிமர்சனம் மதிக்கத்தக்கது. அதேவேளையில் பாட்டாளி மக்கள் கட்சி வன்னியர்களைத் திரட்டியதை ஒரு முன்மாதிரியாகக் கொண்டு மீனவர்கள் தம்மை அணிதிரட்டிக்கொள்ள வேண்டும் என்கிற பரிந்துரை ஏற்கத்தக்கதல்ல. ஏனெனில், சாதியின் காரணமாக, சமூக அந்தஸ்திலும் கல்வியிலும் பின்தங்கிய - பெரும்பாலும் அடிநிலை பாட்டாளிகளாக உள்ள வன்னியர்களை அவர்களது ஜனநாயக உரிமைகளை முன்வைத்து அக்கட்சி அணிதிரட்டவில்லை. மிகவும் பிற்படுத்தப்பட்டோர் என்கிற வகைமைக்கான போராட்டத்தை அது நடத்திய போதிலும் வன்னிய அணிதிரட்சியின் மையமாகத் தலித் எதிர்ப்பே உள்ளது. இதன் பொருள், சாதிய ஒடுக்குமுறைக்கான - வன்கொடுமைகளை நிகழ்த்துவதற்கான உரிமையைத் தக்கவைத்துக் கொள்வதற்கான வெறிநிலை அவர்களை ஒருங்கிணைக்கும் புள்ளியாக இருந்தது, இருக்கிறது. ஆகவே, அந்த அணிதிரட்சி பின்பற்றத்தக்க ஒரு முன்னுதாரணமல்ல. எண்ணிக்கையில் எவ்வளவு சிறுபான்மையினராக இருந்த போதிலும் மீனவர்கள் எம்மக்கள், உழைப்பாளிகள் என்ற வகையில் எமது வர்க்கம் என்கிற உணர்வை சமவெளியினரிடம் உருவாக்குவதும் அவர்களுக்கான கோரிக்கைகளையும் இவர்கள் தம் நிகழ்ச்சிநிரலில் சேர்க்கும்படியான நிலை நோக்கி நகர்த்துவதுமே சரியான வழியாக இருக்கக்கூடும்.

மே 2019

விமர்சனம்

ஒரு வாழைப்பழத்தை இருமுறை சாப்பிட முடியாது

எல்லாவற்றையும் பொருளாதாரம் தீர்மானிக்கிறது என்று ஒரு மேற்கோளைப் போலச் சொல்லிக் கடப்பதை விடுத்து அது எப்போதிருந்து எவ்வாறு ஏன் தீர்மானிப்பதாகியது என்று விளங்கச் செய்வதே தேவையாகிறது. மட்டுமல்ல, எல்லாவற்றையும் தீர்மானிப்பதாகச் சொல்லப்படும் இந்தப் பொருளாதாரத்தைத் தீர்மானிப்பது எது / எவை என விளக்குவதும் இங்கே தேவையாக இருக்கிறது. இந்த விளக்கங்கள் தேவைப்படும் யாவரையும் தன் 13 வயது மகளாக உருவகப்படுத்திக்கொண்டு அல்லது அவளை முன்னிருத்திக்கொண்டு யானிஸ் வருஃபாகிஸ் தனது தாய்மொழியான கிரேக்கத்தில் எழுதியவை ‘பொருளாதாரம் பற்றி என் மகளுக்கு அளித்த விளக்கம்’* என்றொரு புத்தகமாக 2013ஆம் ஆண்டு உருப்பெற்று வெளிவந்தது. பின், ஜேக்கப் மோ ஆங்கிலத்தில் மொழிபெயர்த்த இந்நூலை தோழர் எஸ்.வி.ராஜதுரை தமிழாக்கம் செய்திருக்கிறார். ஆங்கில நூலின் அதே நேர்த்தியுடன் படிக்கத் தகுந்த பாங்குடன் *க்ரியா* வெளியிட்டுள்ளது. ஊரடங்கு நமக்குள் உண்டாக்கியுள்ள மந்தத்தை உதறித் தள்ளுவதற்குத் தோதாக இந்நூலை இக்காலத்தில் க்ரியா வெளிக்கொணர்ந்தது கவனம் கொள்ளத்தக்கச் செயலே.

பொருளாதாரப் பேராசிரியரும் அரசியல் செயற்பாட்டாளரும் சிலகாலம் கிரிஸ் நாட்டின் நிதியமைச்சராகவும் இருந்த வருஃபாகிஸ், ஒரு தோற்றத்தில் பார்த்தால் பொருளாதாரம் குறித்த கேள்விகளுக்கு இந்நூலில் பதிலளிப்பது போலத் தோன்றினாலும் உண்மையில் அவர் பொருளாதாரம் பற்றிய கேள்விகளையே பெரிதும் எழுப்புகிறார். இதற்காக அவர் பொருளியலாளர் என்போருக்குள் மேட்டிமையாகப் புழங்கும் சங்கேத மொழியையோ குழூவுக்குறிகளையோ வரைபடங்களையோ புள்ளிவிவரங்களையோ காட்டவில்லை. தனக்கும் தன் மகளுக்கும் தெரிந்த விசயங்களிலிருந்து

‘பொருளாதாரம் பற்றி என் மகளுக்கு அளித்த விளக்கம்’ – யானீஸ் வருஃபாகிஸ்

பொருளாதாரம் தொடர்பான இழையைப் பிரித்துக்காட்டி அதை விவாதத்திற்கு உட்படுத்துகிறார். தொல்கதைகள், தற்காலத் திரைப்படங்கள், இலக்கிய ஆக்கங்கள், வாழ்வியல் அனுபவங்கள், கடந்துவந்த காட்சிகள் மற்றும் செய்திகள் ஆகியவற்றினூடாக உற்சாகமானதொரு நேர்ப்பேச்சில் பங்கெடுக்கும் தொனியில் தொடங்கும் புத்தகம் அதேவேகத்தில் ஓடி டி.எஸ்.எலியட்டின் கவிதையோடு முடிகிறது.

என்னது, பொருளாதாரப் புத்தகத்தில் கவிதையா? ஆம், உபரி, உற்பத்திக் கருவிகள், சந்தை, சரக்கு, நாணயம், கடன், வட்டி, வங்கிகளின் உருவாக்கம், மூலதனத் திரட்சி, தொழில்விருத்தி, இயந்திரங்களின் பெருக்கம் மற்றும் செய்திறன் ஆகியவை உருவான வரலாற்றை ஒரு புனைவைப் போல எழுதிச் செல்லும் வருஃபாகிஸ் இவ்விசயங்களுக்கு இசைவாகப் பண்டைய இலக்கியங்களிலிருந்தும் தொன்மங்களிலிருந்தும் திரைப்படங்களிலிருந்தும் எடுத்தாளும் கவிதைகள், கதைகள், மேற்கோள்கள், உதாரணங்கள் மிகுந்த சுவாரஸ்மானவை.

அடிக்குறிப்புகள், ஆதாரக்குறிப்புகள், கல்விப்புலம் அல்லது அரசியல் சார்ந்த புத்தகங்களுக்கு வேண்டிய உபகரணங்கள் எதுவும் தரப்படாமல் நான் எழுதியுள்ள புத்தகம் இது ஒன்றுதான் என்று அவர் சொன்னாலும் - அவர் எடுத்தாளும் பல சொற்களையும், சம்பவங்களையும் நாம் விளங்கிக் கொள்வதற்கு எஸ்.வி.ஆர் தரும் அடிக்குறிப்புகளே உதவுகின்றன. உனது உலகத்தை முழுமையாகப் பார்க்க வேண்டுமென்றால் அதிலிருந்து தொலைவான இடமொன்றுக்குப் போய் அங்கிருந்து பார் என்று மகளுக்குப் பரிந்துரைக்கும் அணுகுமுறையைத்தான் இந்நூலை எழுதுவதற்கான அணுகுமுறையாகக் கைக்கொண்டுள்ளார்.

ஒய்கோஸ் (வீடு), நோமோய் (சட்டங்கள், விதிகள், கட்டுப்பாடுகள்) ஆகிய கிரேக்கச் சொற்களின் இணைவில் உருவான ஒய்கொனோமியா என்பதுதான் பிற்பாடு எகானமி என்றாகியதை நிறுவும் வருஃபாகிஸ், தொடக்கத்தில் பொருளாதாரம் என்பது கூட்டுக்குடும்ப வடிவிலான ஒரு இல்லத்தை நடத்திச் செல்வதற்கு அல்லது நிர்வகிப்பதற்கு உருவான சட்டங்களே என்றும் அது வரலாற்றுப் போக்கில் உலகத்தையே நிர்வகிப்பதற்கானதாக எவ்வாறு வளர்ச்சியுற்றது என்றும் காட்டுகிறார்.

ஒன்பது நாள்களில் எழுதப்பட்ட இப்புத்தகம் பொருளாதாரத்தின் 12 ஆயிரம் வருட வரலாற்றைப் பேசுகிறது. 80ஆயிரம் ஆண்டுகளுக்கு முன்பு குரல் நரம்புகளைப் பயன்படுத்தி மனிதர்கள் பேசவும் ஒலியெழுப்பவும் தொடங்கியதையும், 12,000

ஆண்டுகளுக்கு முன் வேளாண்மையைக் கண்டடைந்ததையும் மனிதகுலத்தின் பெரும் பாய்ச்சல்களாக வரையறுக்கும் வருஃபாகிஸ், பொருளாதாரத்தின் தோற்றுவாய் இவ்விரு பாய்ச்சல்களின் இணைவில் இருப்பதைக் காட்டுகிறார். உணவுச் சேகரிப்புக் கட்டத்திலிருந்து உணவை உற்பத்திச் செய்யும் கட்டத்திற்கு மனிதர்கள் நகர்ந்த போதுதான் பொருளாதாரம் உருவாகிறது. திட்டமிட்ட வகையில் அல்லாது, சாகுபடி செய்யாவிடில் உணவின்றிச் செத்துப்போவோம் என்கிற கட்டாயத்திற்குத் தள்ளப்பட்ட மனிதக்கூட்டம் வேளாண்மைக்கு வந்து சேர்கிறது. தொழிற்நுட்ப வளர்ச்சியினால், நிலத்தில் விளைந்தவற்றில் அவர்கள் உண்பதற்கும் பயிர் விளைச்சலுக்கு முதலில் பயன்படுத்திய விதைகளுக்கு ஈடான விதைகளை அளந்தெடுத்துக் கொண்டதற்கும் போக 'மீதி' இருந்த உபரி என்பதே பொருளாதாரத்தின் அடிப்படை. எதிர்கால பயன்பாட்டுக்கான இந்த உபரியைப் பாதுகாத்து வைப்பதற்கு ஒவ்வொரு விவசாயியும் தனித்தனியாகத் தானியக்களஞ் சியம் கட்டுவதிலுள்ள இடர்ப்பாடுகளைக் கணக்கில் கொண்டு பொதுவானதொரு தானியக்களஞ்சியம் கட்டப்பட்டு அதில் விவசாயிகள் தத்தமது உபரியைச் சேமித்துள்ளனர். இந்தப் பொதுக் களஞ்சியத்தில் ஒரு விவசாயி சேமிக்கும் தானியத்தின் அளவை கணக்கு வைப்பதற்கும், அதற்கான பற்றுச்சீட்டை விவசாயிக்கு வழங்குவதற்குமே முதலில் எழுத்துமுறை (மெஸபடோமியாவில்) உருவாகியிருக்கிறது என்பது அரிய தகவல்தான்.

உழைப்புடனும் உற்பத்தியுடனும் தொடர்புடைய எழுத்து இவ்விரண்டுக்கும் அப்பாற்பட்ட பகுதியினரின் கைக்கு எவ்வாறு போய்ச் சேர்ந்தது என்பதைத் தனித்து விவாதிக்கலாம். ஆனால், உற்பத்தி மற்றும் உபரியின் தேவையிலிருந்து எழுத்துமுறை உருவானதென்றால், உற்பத்திச் செய்யும் கட்டத்திற்கு வந்து சேராத பழங்குடிகளுக்கோ எழுத்துமுறை தேவைப்படாததால் அவர்கள் இசையிலும் ஓவியம் தீட்டுவதிலும் கவனம் செலுத்தினர் என்கிற வருஃபாகிஸின் கூற்று, பாணர் விறலியர் மரபுக்கும் இன்ன பிற தொல்கலை வடிவங்களில் இயங்குவோருக்கும் பொருந்துகிறது. இதிலிருந்து நாம் இந்தியச் சூழலுக்குப் பொருந்தும் இன்னொரு முடிவுக்கு வந்து சேரமுடிகிறது. அதாவது, உழைப்பிலிருந்து விலக்களிக்கப்பட்டு ஓய்வுப்பொழுதைக் கொண்டிருப்பதால்தான் இங்கு சாதியடுக்கில் மேலே இருப்போர் கலை நாட்டம் கொண்டவர்களாகவும் அவற்றில் ஆதிக்கம் செலுத்துகிறவர்களாகவும் இருக்கிறார்கள்.

சமூகம் ஏன் இவ்வளவு ஏற்றத்தாழ்வுடன் இருக்கிறது என்று ஒரு சிறுமி எழுப்பும் கேள்விக்குப் பொருளாதாரத்தின் வரலாறைத்தான் பதிலாகச் சொல்ல வேண்டியிருக்கிறது. ஆனால், அவளுக்குப் புரியும் விதமாக அதைச் சொல்வது அப்படியொன்றும் எளிதானதல்ல. எனினும் சொல்லாமல் நழுவமுடியாது. இளம்வயதினர் புரிந்து கொள்ளக்கூடிய மொழியில் பொருளாதாரத்தை ஒருவரால் விளக்க முடியவில்லை என்றால், அவருக்குமே அது விளங்கவில்லை என்று தான் பொருள் என்கிற கருத்துள்ளவராதலின் வருஃபாகிஸ் இந்தக் கேள்வியை மிகவும் பொருட்படுத்திப் பதிலளிக்கிறார். உலக அளவில் நாடுகளுக்கிடையே நிலவும் ஏற்றத்தாழ்வுகளையும், ஒவ்வொரு நாட்டிற்குள்ளேயும் சமூகக்குழுக்களிடையே நிலவுகிற ஏற்றத்தாழ்வுகளையும் பட்டியலிடுவதற்குப் பதிலாக, அவை எந்தெந்த வடிவங்களில் எவ்விதமாக உருவாகி நிலைநிறுத்தப்பட்டுத் தற்காலத்திலும் நீடிக்கின்றன என்பதை எளியமொழியில் விவரிக்கிறார்.

உபரி, சேமிப்பு, சேமிப்புக்கான பதிவேடு, ரசீது என்று சொல்லத் தொடங்கும் வருஃபாகிஸ் பணத்தின் கதையை விவரிப்பது அலாதியானது. வயலில் உழைப்பைச் செலவிட்ட உழைப்பாளிகளுக்கு அறுவடையிலிருந்து கூலியாகத் தர வேண்டிய தானியத்தின் அளவு - அதாவது, கொடுக்கப்பட வேண்டிய கடனின் அளவு - எண்ணாகக் குறிக்கப்பட்ட கிளிஞ்சல்கள்தாம் பணத்தின் மூலவடிவம். அதாவது தொடக்கத்தில் பணம் - கிளிஞ்சல் - கொடுக்கல் வாங்கலுக்கு அல்லாமல் கொடுக்கப்பட வேண்டிய கடனைக் குறிப்பிடுவதற்காகவே பயன்பட்டுள்ளது. பணமும் கடனும் ஒன்றாகப் பிறந்திருந்தாலும் கடனின் கற்பித அடையாளமாகவே பணம் தனது பாத்திரத்தை இன்றளவும் வகிக்கிறது. மிக நவீனமானது என்று ஆரவாரமாகச் சொல்லப்படும் டிஜிட்டல் பரிவர்த்தனை நிகழும் இக்காலத்திலும் கிளிஞ்சல் அல்லது உலோக நாணயம் புழக்கத்திற்கு வந்த தொடக்கக் காலத்திலும் பணத்தின் வகிபாகம் ஒன்றேதான்.

கடனுக்கு ஈடாகக் கொடுக்கப்படும் நாணயம், அதன் செல்லுபடித்தன்மைக்கு உத்தரவாதம் வழங்குவதற்கு அரசு, அரசின் உத்தரவாதத்தினை நம்புவதற்கான கருத்தியல் அடித்தளத்தை உருவாக்குவதற்கான மதம், ஆட்சியாளர்களைத் தெய்வத்தின் அவதாரங்களாக நம்ப வைப்பதற்கான முயற்சிகள் ஆகியவை ஒன்றோடொன்று பின்னிப்பிணைந்து உருவாகிவந்த வரலாற்றினூடாக நாம் இப்போது ஒரு சந்தைச் சமுதாயத்திற்கு வந்து சேர்ந்திருக்கிறோம். ஆம், சமூகத்தின் பண்டப்

பரிமாற்றங்களுக்குச் சந்தைகள் இருந்த நிலை மாறி ஒட்டுமொத்தச் சமுதாயமுமே சந்தையாக மாறிவிட்ட - எல்லாமே சரக்காக மதிப்பிடப்படுகிற முதலாளியச் சமூகத்திற்குள் இப்போது நாமிருக்கிறோம். இந்தச் சந்தைச் சமூகத்தில் உழைப்பும் ஒரு சரக்குதான் என்றாலும் அந்த உழைப்பிற்கு, மார்க்ஸ் கூறிய பயன் மதிப்பு, பரிவர்த்தனை மதிப்பு ஆகியவற்றுடன் அனுபவ மதிப்பு என்கிற இன்னொரு பரிமாணத்தைச் சேர்க்கிறார் வருஃபாகிஸ். கூலியாகவோ வேறுவகை ஆதாயங்களாகவோ எதையும் பெறாமல் அன்பு, மரியாதை, பொதுநலப் பாங்கு ஆகியவற்றால் உந்தப்பட்டுச் செயலாற்றுவதனால் ஏற்படும் மகிழ்ச்சி, நிம்மதி, உற்சாகம் போன்றவறை இந்த அனுபவ மதிப்பாகச் சுட்டுகிறார்.

போர்க்கைதிகளின் மூகாம்களில் சிகரெட் கூட ஒரு நாணய அலகாகப் பரிவர்த்தனைக்குப் பயன்படுத்தப்பட்டிருப்பதைப் படிக்கும்போது, இந்தியாவில் சில்லறை நாணயங்களுக்குத் தட்டுப்பாடு ஏற்பட்டபோது கடைக்காரர்கள் சில்லறைக்கு ஈடாகப் பாக்குப் பொட்டலம் அல்லது மிட்டாய்களைக் கொடுத்தது நினைவுக்கு வருகிறது. அதேபோல, ஐந்து ரூபாய்த் தாள் புழங்க முடியாத அளவுக்கு நைந்துபோய்த் தட்டுப்பாடு ஏற்பட்டபோது ஒரு கடையில் கொடுக்கும் குறிப்பிட்ட வடிவிலான பிளாஸ்டிக் வில்லைகளை மற்ற கடைக்காரர்கள் ஏற்றுக்கொள்ளும் வழக்கம் சில நகரங்களில் இருந்தது. நாணயங்கள் மீதான வங்கிகளின் கட்டுப்பாடுகளைத் தகர்த்து வங்கிகளின் அதிகார வரம்புக்குள் வராத நாணயங்களைப் புழக்கத்திற்குக் கொண்டுவரும் இம்மாதிரியான தொடர்முயற்சிகளின் டிஜிட்டல் வடிவம்தான் 'பிட்காய்ன்கள்' என்று இந்நூலைப் படிக்கும்போது தோன்றுகிறது.

ஒரு வாழைப்பழத்தை இருமுறை சாப்பிட முடியாது என்று வருஃபாகிஸ் கூறுவதன் பொருள், வலுத்தவர் முண்டியத்து ஓடிப் போய் வாழைப்பழத்தை விழுங்கிவிட வேண்டும் என்பதல்ல. எல்லாவற்றையும் ஜனநாயகப்படுத்து, பகிர்ந்தளி, இயந்திரங்களுக்கு அடிமையாகிவிடாமல் யாவற்றிலும் மனித அம்சத்தைச் சேர் என்பதாக விரிகிறது. பொருளாதாரம் ஒரு நாட்டின் இஞ்ஜின், கடன் அந்த இஞ்சினை இயக்குவதற்கான எரிபொருள் என்றால் உழைப்பு என்பது அந்த எரிபொருளை எரிப்பதற்கான தீப்பொறி என்று வருஃபாகிஸ் பொருத்தமாகவே வருணிக்கிறார். அந்தத் தீப்பொறியானது, சந்தைச் சமூகத்திற்கு மாற்றாக ஒரு ஜனநாயகச் சமூகத்தை உருவாக்கும் தனது வரலாற்றுப் பாத்திரத்தை உணர்வதற்கு இந்நூல் பெரிதும் உதவக்கூடும் என்கிற கரிசனத்தாலேயே இதை தோழர்

எஸ்.வி.ஆர். தமிழில் மொழிபெயர்த்திருக்கிறார். பார்ப்பனீயமும் கார்ப்பரேட்டியமும் பின்னிப்பிணைந்திருக்கும் பாசிசம் ப்ளஸ் என்கிற அபாயம் நம்மை சூழ்ந்து கொண்டிருக்கும் இத்தருணத்தில் நிலைமையின் தீவிரத்தை உணர்த்தவும் செயலாற்றத் தூண்டவுமான விருப்பத்துடன் அவர் இந்நூலை நமக்குத் தந்துள்ளார். இனி நம் பொறுப்பு.

ரைட்டர்: வாழ்வை அதிகாரம் சூறையாடும்போது நீங்கள் பார்வையாளரா பங்குதாரியா?

சைரனை அலறவிட்டபடி தலைதெறித்தோடும் காவல்துறை / இராணுவ வாகனங்கள் யாரையோ காப்பாற்றவோ ஏதோவொரு குற்றத்தைத் தடுத்திடவோதான் ஓடுகின்றன என்று நம்பிவிடாதீர்கள். ஒருவேளை அவை உங்களது அப்பாவி பிள்ளைகளைக் கண்காணா இடங்களுக்குக் கடத்திப்போய்க் குற்றவாளிகள் என்று பொய்முத்திரை குத்தி என்கவுண்டரில் சுட்டுத்தள்ளவும் ஓடக்கூடும்.

என்கவுண்டரில் போலி, அசல் என்கிற பகுப்புகள் அர்த்தமற்றவை. அனேகமான என்கவுண்டர்கள் இட்டுக்கட்டப்பட்ட குற்றச்சாட்டுகளின் பேரிலான படுகொலைகளே. 20 இலட்சம் ரூபாய் விருதுத்தொகையைப் பெற்றுவிடும் பேராசையில் காஷ்மீரின் ஷோபியான் பகுதியில் அப்பாவி இளைஞர்கள் மூவரைச் சுட்டுக் கொன்றுவிட்டுத் ‘தீவிரவாதிகளுடன் துப்பாக்கிச் சண்டை’ என்று இராணுவத்தார் நாடகமாடினர். நாகாலாந்தில் பணிமுடித்து வந்த சுரங்கத்தொழிலாளர்கள் தீவிரவாதிகள் என இராணுவத்தாரால் சுட்டுக்கொல்லப்பட்டனர். பனிமூட்டத்தில் மங்கலாகக் கண்ணுக்குத் தென்பட்ட மாத்திரத்திலேயே தேசவிரோதி என்று துப்பறிந்து உயிரெடுத்துவிடுகிறார்கள்.

குடிமக்களுக்கெதிராக எந்தப் பழிபாவத்தையும் செய்துவிட்டு நாட்டின் பாதுகாப்புக்காக என்று சொல்லிவிட்டால் நியாயமாகி விடும் என்கிற தைரியம் போலீஸாருக்கும் இராணுவத்தாருக்கும் எங்கிருந்து வருகிறது? ‘உரிமைகளுக்காகப் போராடும் குடிமைச் சமூகம் நாம் முறியடித்தாக வேண்டிய புதிய போர்முனையாக உருவெடுத்துள்ளது’ என்று தேசியப் பாதுகாப்பு ஆலோசகரால் வெறியேற்றி அனுப்பப்படும் போலீஸ் அதிகாரிகள் மக்களைத் தேச விரோதிகளாகவும் குற்றவாளிகளாவும்தானே அணுகுவார்கள்? குடிமக்கள் தமது உடல்மீது முழுவுரிமை கோர முடியாது என்று கொக்கரிக்கும் ஓர் அரசின் ஏவல்படையினர் இவ்வாறு துள்ளுவதில் வியப்பேது!

இங்கு தேசப்பாதுகாப்பின் பெயரால் நிறைவேற்றிடும் சட்டங்கள் யாவும் தேசத்தைப் பாதுகாப்பதற்கானவையல்ல. அச்சட்டங்கள் ஆளும் வர்க்கத்தினரின் குறுகிய நலன்களைப் பாதுகாப்பதற்காகவோ அவர்களது தனிப்பட்ட பகைமைகளைத் தீர்த்துக்கொள்ளவோ கருத்தியல் எதிராளிகளை 'அப்புறப்படுத்தவோ' நிறைவேற்றப்பட்டதாகவும் இருக்கலாம்.

ஆள்தூக்கிச் சட்டமான ஊபாவின் கீழ் சிறையில் வாடும் 'பிகே 16' குற்றவாளிகள் இந்நாட்டின் மதிக்கத்தக்க மனிதவுரிமைச் செயற்பாட்டாளர்களும் கல்வியாளர்களுமாவர். முன்னதாக, அவர்களைத் தேசவிரோதிகளாகச் சித்தரிக்கும்படியான கோப்புகள் அவர்களது கணினிகளிலும் செல்பேசிகளிலும் ஊடுருவிய மர்ம நபர்களால் ஊன்றப்பட்டன. பின் அக்கோப்புகளை அவர்களுக்கெதிரான சான்றுகளாக்கித் தேசியப்புலனாய்வு நிறுவனம் கைது செய்தது. குடியுரிமைத் திருத்தச் சட்டத்திற்கு எதிராக, கல்வி வளாக உரிமைகளுக்காக, ஊடகச் சுதந்திரத்திற்காகப் போராடிய பலரையும் இந்த ஊபாவின் கீழ் கைதுசெய்து சொல்லொண்ணாக் கொடூரங்களுக்கு ஆட்படுத்துவதெல்லாம், 'கருத்தியல் எதிராளிகளை அப்புறப்படுத்துவது'தானே! அன்றாடப் பரபரப்புகளாக நம்மைக் கடக்கும் இத்தகைய நடப்புண்மைகளை நினைவூட்டும் விதமான கதையமைத்து, சகமனிதர்களின் வாழ்வை அதிகாரம் சூறையாடும்போது நீங்கள் பார்வையாளரா அல்லது பங்குதாரியா என்கிற கேள்வியை எழுப்பி, நம் காலத்தின் அரசியல் படமாக உருவெடுத்துள்ளது 'ரைட்டர்.'

'ரைட்டர்', தனிமனிதரிடமும் சமூக நிறுவனங்களிலும் அரசியந்திரத்திலும் வெவ்வேறு அளவிலும் வடிவிலும் நிலை கொண்டுள்ள அதிகாரமானது, தம்மிலும் எளியோர்க்கு எதிராக இயங்கும் நுண்தளங்களின் நேர்சித்திரமாகும். ஆணாதிக்கமும் சாதியாதிக்கமும் பதவியாதிக்கமும் காவல்துறைக்குள் இயங்கும் விதமானது, அத்துறைக்குள்ளேயே அடுத்தடுத்த படிநிலைகளில் கீழேயுள்ளவர்களுக்கும் குடிமக்களுக்கும் எதிராக எத்தகைய கொடூரங்களை நிகழ்த்தும் என்பதைத் துணிவுறப் பேசி, தனது கலையாற்றல் அதிகாரத்தை நோக்கி உண்மையைப் பேசுவதற்கானதே என உணர்த்தியுள்ளார் ப்ராங்க்ளின். தமிழ்த் திரையுலகிற்குப் புத்தூட்டம் ஏற்றிட தோழர் பா.இரஞ்சித் தயாரிப்பில் அறிமுகமான இயக்குநர்கள் மாரி செல்வராஜ், அதியன் ஆதிரை வரிசையில் இப்போது ப்ராங்க்ளின்.

குற்றங்களுக்கும் அத்துமீறல்களுக்கும் தனிமனிதர்களைப் பொறுப்பாக்கிவிட்டு இந்தச் சமூக அமைப்புக்கு முட்டுக்கொடுக்கும்

அவலத்திற்குள் சிக்காதிருக்கும் அரசியல் தெளிவு கொண்ட இக்கதையை திரையில் உயிர்ப்பித்திடக் கலைஞர்களும் தொழிற்நுட்பர்களும் பேருழைப்பை நல்கியுள்ளனர்.

‘ரைட்ட’ரின் கதைமாந்தர்கள், சுதந்திரமடைந்த ஒரு நாடு ஏற்றுக்கொண்டுள்ள மக்களாட்சியின் மாண்புகளை உள்வாங்கிச் செயல்படுத்தும் ஒரு நிர்வாகக் கட்டமைப்பை உருவாக்குவதில் ஏற்பட்டுள்ள தோல்வியிலிருந்து உருவானவர்கள். ஒப்புரவோடும் மனிதத்தன்மையோடும் கண்ணியத்தோடும் வாழ்வதற்குத் தகுதியற்றதாக இந்தச் சமூகம் பாழ்பட்டிருப்பதை அவர்கள் அம்பலப்படுத்துகிறார்கள். நிலவரத்தை அம்பலப்படுத்துவதானது, அச்சமூட்டி அடிபணியச் செய்வதற்காக அல்லாமல் இந்த இழிநிலைக்கு எதிராக இயன்றளவில் போராடுங்களெனப் பார்வையாளர்களின் பொது மனசாட்சியை அவர்கள் தூண்டுகிறார்கள்.

கல்விக்கூடங்களில் நிலவும் சாதியத் தடைகள் ரோஹித் வெமுலா, முத்துக்கிருஷ்ணன், அனிதா எனப் பலரைக் காவு கொள்வதைப் போலவே அத்தடைகளையும் தாண்டி கல்விப் பயின்று வேலைக்கு வருவோரில் பலரைப் பணியிடங்களில் நிலவும் பாகுபாடுகள் காவுகொள்கின்றன. அப்படிக் காவல்துறையின் ‘நிறுவனப் படுகொலை’க்கு ஆளான விஷ்ணுப்ரியா உள்ளிட்டோரின் கூட்டுமுகமே ‘ரைட்ட’ரில் வரும் பெண்போலீஸ் சரண்யா.

குதிரையேற்றத்தில் வல்லவரான சரண்யாவின் திறமைக்கும் ஈடுபாட்டுக்கும் ஏற்ற பணியை - அவரது சாதி மீதான வெறுப்பினால் மறுத்துக் குதிரையின் லத்தியை அள்ளவைக்கும் உயரதிகாரி சர்மாவின் குரூரம், பட்டியல் சமூக மாணவர்களைக் கல்விக்கூடத்தின் துப்புரவுப் பணிகளில் ஈடுபடுத்தும் வன்கொடுமையை நினைவூட்டுகிறது. சர்மாவின் சாதிவெறியையும் ஆணாதிக்கத்தையும் நிலைகுலையச் செய்யும் பதிலடியைக் கொடுத்துவிட்டுச் சரண்யா செத்துப்போகிறாள்.

தேவகுமார் என்கிற ஆய்வு மாணவர், எட்டுக்கால் பூச்சிக்கு எத்தனை கால்கள் என்பது போன்ற நுண்மான் நுழைபுலமிக்கத் தலைப்பிலோ, ஆய்வுப்புலத்தை மடக்கி அக்குளில் செருகிக்கொள்ள விரும்பும் சங்கிகளுக்கு உவப்பானதொரு தலைப்பிலோ ஆய்வை மேற்கொண்டிருந்தால் எளிதாக முனைவராகியிருப்பார். தொந்தரவில்லாத இந்தச் செக்குமாட்டுத்தனத்திற்குள் முடங்காத தேவகுமாரோ, ‘போலீஸ்துறையில் தொடரும் தற்கொலைகள்’ பற்றி ஆய்ந்திட முனைகிறார். சரண்யாவைத் தற்கொலைக்குத் தூண்டிய தனது அட்டூழியங்கள், தேவகுமாரின் ஆய்வினால் வெளிப்பட்டுவிடக் கூடாது என்றஞ்சும் சர்மா,

அதற்காகவே தேவகுமாரை தேசவிரோதியாகச் சித்தரித்து வேட்டையாடுகிறான். நடுக்குறும் நம் மனம், இக்கொலையில் தானுமொரு கூட்டாளியாகச் சிக்கிக்கொண்டது குறித்த குற்றவுணர்வில் வாதையுறும் ரைட்டர் தங்கராஜ், அதிலிருந்து விடுபட மேற்கொள்ளும் எத்தனங்களால் ஆசுவாசமடைகிறது.

எந்தவொரு ரைட்டரை விடவும் ஸ்டேசன் ரைட்டர்கள் நம்பத்தகுந்த புனைவுகளை எழுதக் கூடியவர்கள் என்பதை தங்கராஜூம் பலவாறாக உறுதிப்படுத்துகிறார். ஆனால், அந்தப் புனைவுத்திறனை அப்பாவி தேவகுமாரின் உயிரைப் பறித்திட தனது மேலதிகாரியான சர்மா பயன்படுத்திக்கொண்டதை உணரும் ஆவேசத் தருணத்தில்தான், தங்கராஜ் சர்மாவைச் சுட்டுக்கொன்றுவிட்டுச் சிறையேகுகிறார். அதிகாரக் கொடுக்கினால் சூழலையே விஷமயமாக்கி வந்த சர்மாவின் சாவு பொருத்தமானதொரு குறியீடுதான்.

இந்துமதக் கொடுங்கோன்மையிலிருந்து தப்பித்திட கிறிஸ்தவம் தழுவி பிற்படுத்தப்பட்டோராகிவிட்ட தலித்துகளின் வாழ்நிலை, காவல்நிலையத்திற்கு வெளியேயுள்ள இரகசியக் கொட்டடிகள், போலீஸ் அத்துமீறல்களுக்கு உடந்தையாகும் நீதித்துறை எனப் படம் தொட்டுச்செல்லும் பிரச்சினைகள் கவனம்கொள்ளத்தக்கவை.

நாகரீகச் சமூகத்தின் இருப்புக்குப் போலீஸ் கடும் அச்சுறுத்தலாகி விட்ட நிலையில், ‘போலீஸ் இல்லாத உலகம்’ என்கிற முழக்கம் பரவலாகிவருகிறது. இதனிடையே போலீஸ்காரர்களுக்குச் சங்கம் வேண்டும் என்கிற கோரிக்கை, அவர்களும் இயல்பான மனிதவாழ்க்கைக்கு உரிமையுடையவர்கள் என்பதை ஆதாரமாகக் கொண்டது. அதற்கான போராட்டத்தை, தேவகுமாரை ஒருமுறை கைநீட்டி அடித்துவிட்டதற்காக அரற்றியழும் அந்தந்தக் காலத்து தங்கராஜ்கள் நடத்துவார்கள் என்கிற ப்ராங்க்ளினின் நம்பிக்கையை உடனடியாய் புரிந்துகொள்ள முடியாதபடி போலீஸார் பலரும் அதிகார போதையில் திளைத்திருக்கக்கூடும். போதை என்பது தெளியக்கூடியதுதானே?

தீக்கதிர் நாளிதழ்

நேர்காணல்

நீலமும் பச்சையும் கறுப்பும் சிவப்புமாக ஒன்றிணைய இதைவிடவும் உக்கிரமான காலமேது?

30 ஆண்டுகளில் இல்லாத தலித் எழுச்சியைக் குஜராத் கண்டிருக்கிறது. நேரில் அதைப் பார்த்திருக்கிறீர்கள். எப்படி இருந்தது அந்த அனுபவம்?

முதலில் முப்பதாண்டுகளுக்கு முந்தைய தலித் எழுச்சியைப் பற்றி சொல்ல வேண்டியிருக்கிறது.

1960இல் குஜராத் மாநிலம் உருவாக்கப்பட்டதிலிருந்து அடுத்துவந்த இருபதாண்டுகளும் குஜராத்தின் அரசியல் களம் பார்ப்பனர்கள், பனியாக்கள், படேல்களின் ஆதிக்கம் நிறைந்ததாகவே இருந்தது. அவசர நிலையை விலக்கிக்கொண்ட பிறகு 1977இல் நடந்த பாராளுமன்றத் தேர்தலில் குஜராத்தில் மொத்தமுள்ள 26 தொகுதிகளில் 6இல் மட்டுமே காங்கிரஸ் வென்றது. ஜனசங்கமும் பங்குபெற்ற ஜனதா கூட்டணி 20 இடங்களைக் கைப்பற்றியது. சட்டமன்றத் தேர்தலிலும் காங்கிரஸ் தோல்வியடைந்திருந்தது. அவசரநிலைக் கொடுமைகளால் காங்கிரஸை வீழ்ச்சியடையும் கட்சியாகக் கணித்த பார்ப்பனர்கள், பனியாக்கள், படேல்களில் கணிசமானவர்கள் அதன் எதிர் நிலைக்குத் தாவியதாலேயே இந்த அரசியல் மாற்றம் ஏற்பட்டது. பாபுபாய் படேல் தலைமையிலான ஜனதா அரசாங்கத்தில் இந்த மூன்று பிரிவினரும் - குறிப்பாக படேல்கள் - அளவற்ற செல்வாக்குப் பெற்றிருந்தனர்.

காங்கிரஸ் தலைவர்களில் ஒருவரான ஜினாபாய் தர்ஜி, மாநிலத்தின் மக்கள்தொகையில் 56 சதவீதமாக இருந்த சத்திரிய, அட்டவணைப்படுத்தப்பட்ட, பழங்குடி, இஸ்லாமிய சமூகத்தவரைத் தனது கட்சிக்குப் புதிய ஆதரவுத் தளமாகத் திரட்டிக்கொள்ளும் வகையில் KHAM (Kshatriya, Harijan, Adivasi and Muslims) என்கிற சூத்திரத்தை உருவாக்கினார். இச்சூத்திரம் 1980ஆம் ஆண்டு சட்டமன்றத்திற்கும் பாராளுமன்றத்திற்கும் நடந்த தேர்தல்களில் காங்கிரஸுக்குப் பெரும் வெற்றியை ஈட்டித்தந்ததோடு குஜராத் அரசியல் களத்திலிருந்து பார்ப்பனர்கள், பனியாக்கள், படேல்களின் ஆதிக்கத்தை முற்றாக அழித்தொழித்தது.

அப்போதுதான் குஜராத்தில் முதன்முறையாகப் படேல்களில் ஒருவர்கூட கேபினட் அந்தஸ்தில் இடம்பெறாத அமைச்சரவை ஒன்று மாதவ்சிங் சோலங்கி தலைமையில் அமைந்தது. மாதவ் சிங் சோலங்கி தலைமையிலான காங்கிரஸ் அரசு, 1981ஆம் ஆண்டு மருத்துவம், பொறியியல் உள்ளிட்ட உயர்கல்வியில் பிற்படுத்தப்பட்டோருக்கு 10 சதம் இடஒதுக்கீட்டை வழங்கியது.

அரசியலதிகார அமைப்புகளிலிருந்து தாங்கள் கழித்துக்கட்டப் பட்டிருப்பது குறித்த கசப்புணர்வில் இருந்த உயர்சாதியினர், இந்த இடஒதுக்கிட்டை எதிர்த்துக் களமிறங்கினர். சங் பரிவாரத்தினர், அகில பாரதிய வித்தியார்த்தி பரிஷத் என்கிற மாணவர் அமைப்பினை மூடாக்காகப் பயன்படுத்திக்கொண்டு இடஒதுக்கீட்டுக்கு எதிரான வன்முறையில் இறங்கினர். 1985ஆம் ஆண்டு மீண்டும் ஆட்சிக்கு வந்த மாதவ்சிங் சோலங்கி பிற்படுத்தப்பட்டோருக்கான இடஒதுக்கீட்டை 10 சதவீதத்திலிருந்து 28 சதவீதமாக உயர்த்தியதையடுத்து மீண்டும் பெரும் கலவரம் மூண்டது. பிற்படுத்தப்பட்டோருக்கான இடஒதுக்கீட்டை எதிர்த்துதான் இந்தக் கலவரங்கள் நடந்தன என்றாலும் அவற்றில் கொல்லப்பட்ட 300க்கும் மேற்பட்டவர்கள் தலித்துகள்.

இந்தப் படுகொலைகளுக்கு எதிராக அப்போது அணிதிரண்ட குஜராத் தலித்துகளை அடுத்துவந்த ஆண்டுகளில் சங்பரிவாரம் பல்வேறு தந்திரங்களின் மூலம் தனது செல்வாக்கு மண்டலத்துக்குள் இழுத்துக்கொண்டது என்பது கசப்பான உண்மை. 1986ஆம் ஆண்டிலேயே அலகாபாத் தேர்த் திருவிழா, 1990இல் அத்வானியின் ரதயாத்திரை, 1992இல் பாப்ரி மஸூதி தகர்ப்பு ஆகியவற்றையொட்டி மூண்ட கலவரங்களில் தலித்துகளில் ஒருபகுதியினர் இஸ்லாமியர்களுக்கு எதிராகக் களமிறக்கப்பட்டனர். 2002 கலவரத்தில் சங்பரிவாரத்தின் அடியாள் படையாகத் தலித்துகளும் பழங்குடிகளும் ஈடுபட்டதாகச் சொல்லப்பட்டது. ஆனால், இஸ்லாமியர்களுக்கு எதிராகப் பல்வேறு சாதியினரையும் பயன்படுத்தியது போலவே தலித்துகளையும் பழங்குடிகளையும் சங் பரிவாரம் பயன்படுத்தியது என்பதே உண்மை. ‘நீங்கள் இஸ்லாமியர்களை விரட்டியடித்துவிட்டால் அவர்களது இடங்களை நீங்களே எடுத்துக்கொள்வதற்கு ஏற்பாடு செய்துதருகிறோம் என்று சொல்லி உள்ளூர் பஜ்ரங்தள் நிர்வாகிகள் தூண்டிவிட்டதன் பேரிலேயே தலித்துகளில் சிலர் இஸ்லாமியருக்கு எதிராகக் கலவரம் செய்ததாக ஊடகவியலாளர் ராஜ்தீப் சர்தேசாய் ஒரு கட்டுரையில் (இந்துஸ்தான் டைம்ஸ், 2016 ஆகஸ்ட் 5) அம்பலப்படுத்துகிறார். ஆனால், இப்போது நிலைமையே வேறு.

இப்போது ஏற்பட்டுள்ள தலித் எழுச்சியானது அடிப்படையில் சங்பரிவாரத்திற்கு எதிரானது. அந்த வகையில் இது முந்தைய எழுச்சிகளிலிருந்து பண்புரீதியாக மாறுபட்டது.

○

நானும் ஆரா, பாலமுருகன் உள்ளிட்ட நால்வரும் 13ஆம் தேதி பிற்பகலில்தான் நடைப்பணயக் குழுவினருடன் இணைய முடிந்தது. சற்றே முன்கூட்டியே திட்டமிட்டு முதல் நாளிலிருந்தே பங்கெடுத்திருக்க வேண்டும் என்று அங்கு போனதும் பற்றிக்கொண்ட அங்கலாய்ப்பு இப்போதுவரை நீடிக்கிறது. சாதியத்திற்கு எதிராகப் பேசியும் எழுதியும் வந்தாலும் சாதியத்திற்கு எதிராக நடக்கும் ஒரு போராட்டத்தில் நேரடியாகப் பங்கெடுப்பதென்பது உணர்வுபூர்வமாகவும் அரசியல்பூர்வமாகவும் எனக்கு முக்கியமாகப்பட்டது. பங்கெடுப்பின் அளவு ஒருவேளை பராக்குப் பார்த்தல் என்கிற அளவுக்கு மட்டுப்பட்டிருந்தாலும்கூட அது தேவையான - நான் விரும்பிப் பெற்ற ஓர் அனுபவம்தான் என்று கருதுகிறேன்.

குஜராத் தலித்துகளின் எழுச்சியின் அடுத்தகட்ட நகர்வு எப்படி அமையும்? ஜிக்னேஷ் மேவானி உள்ளிட்ட போராட்டக்குழு தலைவர்கள் என்ன சொல்கிறார்கள்?

அங்கு நவசர்ஜன் டிரஸ்ட் 1,569 கிராமங்களில் நடத்திய ஆய்வில் 98 வகையான தீண்டாமை வடிவங்கள் நடப்பிலிருப்பது கண்டறியப்பட்டுள்ளது. வன்கொடுமை வழக்குகளில் தொடர்புடைய குற்றவாளிகளில் கால்வாசிப் பேரே தண்டனை பெறுகிறார்கள். 54 சதமான பள்ளிக்கூடங்களில் தலித் குழந்தைகள் தனியாக அமர வைக்கப்படுகிறார்கள். அம்மாநில அரசுப்பணிகளில் தலித்துகளுக்கென ஒதுக்கப்பட்ட 64,000 பணியிடங்கள் நிரப்பப்படாமல் காலியாகவே வைக்கப்பட்டுள்ளன. 2012இல் நான்கு தலித்துகளைச் சுட்டுக்கொன்ற போலீஸார் மீது எந்த நடவடிக்கையுமில்லை. எனவேதான், உனா தலித் போராட்டக்குழு அறிவித்துள்ள கோரிக்கைகளில் பெரும்பாலானவை வன்கொடுமைத் தடுப்புச் சட்டத்தை வலுப்படுத்துவது மற்றும் செயல்படுத்துவது பற்றியவையாக இருக்கின்றன. ஆனாலும் அவற்றுக்குள்ள முக்கியத்துவத்திற்குச் சற்றும் குறையாமல் மேலெழுந்துள்ள விசயங்கள், செத்த மாட்டைத் தூக்கமாட்டோம் கழிவுகளை அகற்றமாட்டோம் என்பதும், குஜராத் நில உச்சவரம்புச் சட்டத்தின் கீழ் ஒவ்வொரு தலித் குடும்பத்திற்கும் 5 ஏக்கர் நிலம் வழங்கப்பட வேண்டும் என்பதுமாகும். அம்பானிக்கும் அதானிக்கும் ஆயிரக்கணக்கான ஏக்கர் நிலத்தை அள்ளிக் கொடுக்கிற அரசாங்கம் இதற்கு

என்ன சொல்லப் போகிறது என்பதற்காகச் செப்டம்பர் 14ஆம் தேதி வரை காத்திருக்கப்போவதாகப் போராட்டக்குழு அறிவித்துள்ளது. நிலத்தை வழங்குவதற்கான நடவடிக்கைகளை அரசு தொடங்காதபட்சத்தில் ரயில் மறியல் போராட்டத்தில் ஈடுபடப்போவதாக அறிவிக்கப்பட்டுள்ளது. சுயமரியாதை, சமூக நீதி ஆகியவற்றுக்கான போராட்டம் இருத்தலுக்கான போராட்டத்தோடு இணைவதற்கான அறிகுறியே நிலத்துக்கான கோரிக்கை.

நடைப்பயணத்திற்குப் பாதுகாப்புக் கொடுக்கப் போலீஸை உடன் அனுப்பிவைத்தது போல ரயில்மறியல் போராட்டத்தை அரசாங்கம் அணுகும் என்று நான் எதிர்பார்க்கவில்லை. என்னதான் உ.பி., குஜராத் தேர்தல் இருந்தாலும் அதற்காக நிலத்தைப் பிரித்துக் கொடுக்க அரசாங்கம் அவ்வளவு எளிதாக முன்வருவதற்கான சாத்தியங்கள் மிகக்குறைவு. தேர்தல் நெருங்கும்போது அதைப் பார்த்துக்கொள்ளலாம், இப்போதைக்கு ஒடுக்கிவைப்போம் என்கிற கடுமையான அணுகுமுறையைத்தான் அரசாங்கம் கடைபிடிக்கக்கூடும். ஆனால், கவனத்தில் கொள்ள வேண்டியது என்னவென்றால் ஒடுக்குமுறை எவ்வளவு கொடியதாக இருந்தாலும் நிலத்துக்கான போராட்டத்தைக் கைவிடப் போவதில்லை என்று போராட்டக் குழுவும் மக்களும் அறிவித்திருப்பதுதான். ஏனென்றால், இப்போதைய எழுச்சி நிலத்துக்கான முழக்கத்தோடு உணர்வுபூர்வமாகக் கலந்துள்ளது.

இத்தகைய எழுச்சி, தலித்துகளின் மீதான தாக்குதலைக் குறைக்குமா? எங்கள் ஒற்றுமை எங்களைப் பாதுகாக்கும் என்ற பாதுகாப்புக் கேடயமாக மற்ற 'சாதி' சமூகத்துக்கு உணர்த்துமா?

தலித்துகளிடையே ஏற்பட்டுள்ள எழுச்சி, அவர்கள் மீதான தாக்குதலுக்குச் சாத்வீகமான ஓர் எதிர்வினையே. அவர்கள் தம்மை வருத்திக்கொண்டு சுமார் நானூறு கிலோமீட்டர் நடந்திருக்கிறார்கள். உறுதிமொழி எடுத்திருக்கிறார்கள், ஆயிரக் கணக்கில் திரண்டு உனா நகரத்தையே குலுங்க வைத்திருக்கிறார்கள் என்பதெல்லாம் சரிதான், ஆனால் அவர்களிடையே ஏற்பட்டுள்ள ஒற்றுமை மற்றும் போராட்ட உணர்வை மதித்துத் தம்மை மனிதாயப்படுத்திக்கொள்ளுமளவுக்குப் பண்பட்டவர்களல்ல சாதியவாதிகள். சாதி மறுப்பாளர்கள், மனித உரிமைப் போராளிகள் தெரிவிக்கும் கண்டனங்களையோ அறிவுரைகளையோ கேட்டுத் தமது வன்கொடுமைகளை இந்தச் சாதியவாதிகள் கைவிடப் போவதுமில்லை. உனா பொதுக்கூட்டத்தில் பங்கெடுத்துவிட்டு ஊர் திரும்பியவர்களை வழிமறித்துத் தாக்குதல் நடத்தியது இதற்கோர் உதாரணம். இப்போதும் கூட செத்த மாட்டை

அப்புறப்படுத்த மறுத்த தலித் சிறுவன் தாக்கப்பட்டதாகச் செய்தி வருகிறது. இனியொரு தலித் மீது கை வைத்தால் திருப்பித் தாக்குவார்கள் என்கிற சமநிலை உருவாகும்வரை இந்தத் தாக்குதல் தொடரத்தான் செய்யும். ஆனால் மக்கள்தொகையில் வெறும் 7 சதவீதமே உள்ள தலித்துகள் மீதமுள்ள 93 சதவீத சாதியினருக்கு எதிராக அப்படியொரு நிலைப்பாட்டை எடுப்பதற்கான சாத்தியமுள்ளதா என்கிற கேள்வியெழலாம். தொடரும் வன்கொடுமைகளையும் புறக்கணிப்புகளையும் எதிர்கொள்வதற்கான எல்லா வழிகளும் அடைபடும்போது தங்களுக்கு வேறு எந்த வழிதான் மிச்சமிருக்கிறது என்று தலித்துகள் யோசிக்கக்கூடும்.

யாத்திரையின் இறுதியில் நடந்த பொதுக்கூட்டத்தில் பரவலாக முஸ்லிம்களையும் பார்க்க முடிந்தது. இந்த ஆதரவு நிலையை எப்படிப் பார்க்கிறீர்கள்?

இப்போது மட்டுமல்ல, 1981, 1985 கலவரங்களின்போதும் தாக்குதலுக்குள்ளான ஏராளமான தலித்துகளுக்கு இஸ்லாமியர்கள் அடைக்கலம் கொடுத்துப் பாதுகாத்திருக்கிறார்கள். 2002 கலரவரத்தின்போது பாதிக்கப்பட்ட தலித்துகளும் இஸ்லாமியர்களும் பரஸ்பரம் தமக்குள் உதவிக்கொண்டது குறித்த செய்திகள் பலவுண்டு. சமீபத்தில் கோவாவில் கூடிய ஜமாத் இ இஸ்லாமி ஹிந்த் அமைப்பின் செயற்குழு, நாடு முழுவதும் தலித்துகள் மீது அதிகரித்துவரும் தாக்குதல்களைக் கண்டித்துத் தீர்மானம் நிறைவேற்றியதும், தாத்ரி - உனா போராட்ட இயக்கங்கள் ஒரு குடையின் கீழ் இணைய வேண்டும் என்று தலித் - முஸ்லிம் ஒற்றுமையை ஜிக்னேஷ் முன்மொழிந்திருப்பதும் இன்று பரவலான கவனத்தைப் பெற்றுள்ளன. உனா நடைப்பயணத்தின் தொடக்கத்திலிருந்தே தலித்துகளோடு முஸ்லிம் சகோதரர்கள் சாத்தியமான இடங்களில் இணைந்தே வந்திருக்கிறார்கள். 13ஆம் தேதி மாலை டிம்பி என்கிற சிற்றூருக்குள் நுழைந்த பயணக்குழுவை வரவேற்று உபசரித்ததிலும், 14ஆம் தேதி மாலை உனா நகரத்தை உலுக்கியெடுத்த பேரணியிலும் 1ஆம் தேதி பொதுக்கூட்டத்திலும் பெருமளவிலான முஸ்லிம்கள் பங்கேற்றதை நேரடியாகவே காண முடிந்தது.

சங்கபரிவாரத்தின் பிடியில் தலித்துகள் இல்லை என்பதையும் இஸ்லாமியர் தலித்துகளோடு இயல்பான அணிசேர்க்கையை எட்டியுள்ளனர் என்பதையும் இப்போதைய போராட்டம் ஒருசேர அறிவித்துள்ளது. காவி பயங்கரவாதத்திற்கு ஆளாகிவரும் இரு பெரும் சமூகத்தினர் ஒன்றாகத் திரண்டு போராடுவது மிகுந்த நம்பிக்கையளிப்பதாக இருக்கிறது. தலித் முஸ்லிம் பாய்

பாய் என்கிற முழக்கம் குஜராத்தைக் கடந்து நாடு முழுதும் ஒலிப்பதற்கான தேவை உருவாகியிருக்கிறது. அதற்கான ஆற்றலை உனா வழங்கியுள்ளது.

பட்டேல் சாதியினரின் போராட்டத்தைக் கவர் செய்த ஊடகங்கள், தலித்துகளின் தன்னெழுச்சியான போராட்டத்தைக் கண்டுகொள்ளவே இல்லை. குறிப்பாக, தமிழ் தொலைக்காட்சி, அச்சு ஊடகங்களும், *தி இந்து* போன்ற ஆங்கில நாளிதழும் எழுதவேயில்லை. ஊடகங்களில் தொடரும் இந்தப் பாகுபாடு குறித்து உங்கள் கருத்தென்ன?

படேல்களையும் தலித்துகளையும் சமமாகப் பாவிக்குமளவுக்கு நம்முடைய ஊடகங்கள் சாதி கடந்தவையல்ல. நடைப்பயணம் குறித்த செய்திகளைக் குஜராத் ஊடகங்களே தவிர்த்துவிட்ட நிலையில் தமிழ்நாட்டு ஊடகங்களிடம் எதிர்பார்ப்பது வீணென்றே படுகிறது. *இந்துஸ்தான் டைம்ஸ், டைம்ஸ் ஆப் இந்தியா, தி இந்து* போன்ற ஆங்கில நாளிதழ்களும், *ஸ்குரோல்.இன், தலித் கேமரா* போன்ற இணைய இதழ்களும், சமூக ஊடகங்களும் ஓரளவுக்கு இச்செய்தியை முக்கியத்துவப்படுத்தவே செய்தன. 15ஆம் தேதி பொதுக்கூட்டத்தைச் செய்தியாக்க நேஷனல் சேனல் என்று சொல்லக்கூடிய பலவும் தமது செய்தியாளர்களை அனுப்பிவைக்கத்தான் செய்தன. ஆனால், எந்த அளவுக்கு நேர்மையோடு செய்தியாக்கி வெளியிட்டார்கள் என்பது கேள்விக்குறிதான். உதாரணத்திற்கு, 16ஆம் தேதியிட்ட *இந்தியன் எக்ஸ்பிரஸ்* மும்பை பதிப்பு, 'இதற்கெனத் தமிழ்நாட்டிலிருந்தும் வந்திருந்த சிலர் முறையாகக் கூட்டம் முடிவதற்கு முன்பாகவே வெளியேறிவிட்டனர்' என்று எழுதியது. பெரும்பாலானவர்கள் கலைந்துசென்றுவிட்ட பின்னும் நான், நண்பர் ஆரா உள்ளிட்டோர், ஹைதராபாத் மத்திய பல்கலைக்கழக மாணவரும் ரோஹித் வெமுலாவின் உற்றத்தோழர்களில் ஒருவருமான முன்னா, தோழர் கௌதம் மீனா போன்றவர்கள் அங்கேயேதான் உரையாடிக்கொண்டிருந்தோம். உனா எழுச்சியை ஆவணப்படமாக்க சென்னையிலிருந்து வந்து நடைப்பயணக் குழுவினருடனேயே தங்கி அவர்களோடே மூன்று நாட்கள் நடந்த சகோதரர் ஜெயகுமார் மற்றும் அவரது குழுவினர் பொதுக்கூட்டத் திடலில் இருந்தவர்களில் எவ்வளவு பேரிடம் பேட்டி எடுக்க முடியுமோ அவ்வளவு பேரிடமும் பேட்டியெடுத்துக்கொண்டிருந்தார்கள். ஆனாலும், *இந்தியன் எக்ஸ்பிரஸ்* அப்படி எழுதியது.

தமிழகத்தில் இடதுசாரி அமைப்புகள் இந்தப் போராட்டத்துக்கு ஆதரவு கூட்டங்களை நடத்துகின்றன. நிலப் போராட்டம்

இங்கேயும் நடக்க வேண்டும் எனவும் தலைவர்கள் பேசியுள்ளனர். தமிழகச் சூழலில் இத்தகைய எழுச்சிப் போராட்டங்களை முன்னெடுக்க ஏராளமான தேவை இருக்கிறது. ஆனால், அது சாத்தியமாகுமா?

சிபிஐ (எம்), அனைத்திந்திய இந்திய விவசாயிகள் சங்கம், இந்திய மாணவர் சங்கம், அனைத்திந்திய ஜனநாயக மாதர் சங்கம், பீகாரிலிருந்து இந்திய கம்யூனிஸ்ட் கட்சி (மா.லெ) போன்ற இடதுசாரி அமைப்பினர் நேரடியாகக் குஜராத் தலித்துகளின் போராட்டத்தில் பங்கேற்றிருந்ததைக் காண முடிந்தது. இந்த நாட்டில் நிலப்பகிர்வு நடக்கவேண்டுமென்பதை நீண்டகாலமாக வலியுறுத்திப் போராடிவருகிற இவ்வமைப்புகள், தலித் அத்யாட்சர் லடக் சமிதியுடன் உயிர்ப்பான தொடர்பைப் பேணி வருவது இயல்பான ஒன்றுதான். ஆகவே, செப்டம்பர் 15இல் குஜராத்தில் தொடங்கவிருக்கும் நிலத்திற்கான ரயில் மறியல் போராட்டத்திலும் இவ்வமைப்புகள் பங்கேற்கவிருப்பதாக நிர்வாகிகள் சிலர் தெரிவித்தனர்.

செத்த மாட்டைத் தூக்க மாட்டோம், இழிதொழில்களைச் செய்ய மாட்டோம், 5 ஏக்கர் நிலம் கொடு என்கிற குஜராத் தலித்துகளின் முழக்கம் தமிழக தலித்துகளின் வாழ்வோடும் மிக நேரடியாகத் தொடர்புடையவை. கையால் மலமள்ளுதல், மனிதக் கழிவுகளை அகற்றுதல், சாக்கடைக்குழிக்குள் இறங்குதல் ஆகிய வேலைகளைச் செய்யமாட்டோம், இவ்வளவு காலமும் சட்ட விரோதமாக இத்தொழில்களில் ஈடுபடுத்தப்பட்டவர்களுக்கு உரிய இழப்பீடை வழங்கி மாற்று வாழ்வாதாரத்தை வழங்கு, தலித்துகளுக்குரிய 12 இலட்சம் ஏக்கர் பஞ்சமி நிலத்தை மீட்டுக் கொடு, நிலமற்றவர்களுக்கு 2 ஏக்கர் நிலம் வழங்குவதில் தலித்துகளுக்கு முன்னுரிமை வழங்கு என்று இதேகாலத்தில் தமிழகத்தில் ஒரு போராட்டத்தை முன்னெடுப்பது அவசியம். நிலமீட்பு போராட்டத்தில் உயிரை ஈந்த போராட்டப் பாரம்பரியம் மிக்க தமிழ்நாட்டில் அப்படியொரு போராட்டத்தை கட்டியெழுப்புவது இப்போதும் சாத்தியம்தான்.

நிலம் என்பதை விவசாயத்திற்குரியதாக மட்டும் பார்க்காமல் இந்த நாட்டில் ஒவ்வொருவருக்குமுரிய உரிமைகளில் தலையாயது எனப் பார்க்க வேண்டும். விழுப்புரத்தை மையமாகக் கொண்டு இயங்கும் 'தலித் மண்ணுரிமை இயக்கம்' பஞ்சமி நிலம் குறித்த ஆவணங்களைத் திரட்டுவது, ஊர்க்கூட்டம் போட்டு நிலவுரிமை பற்றிய கருத்துப்பரம்பலைச் செய்வது, நிலம் கோரி மனுக்களைத் திரட்டி அரசிடம் கொடுத்து வற்புறுத்துவது என இதில் கவனம் கொள்ளத்தக்கப் பணியைத் தொடர்ந்து

மேற்கொண்டுவருகிறது. ஏற்கெனவே தீண்டாமை ஒழிப்பு முன்னணி, விடுதலைச் சிறுத்தைகள், சிபிஐ (எம்) உள்ளிட்ட அமைப்புகள் சேர்ந்து காஞ்சிபுரம் மாவட்டம் உத்திரமேரூர் வட்டம் திருப்புலிவனத்தில் 62 ஏக்கர், மதுராந்தகம் வட்டம் ஆத்தூரில் 65 ஏக்கர், வேலூர் மாவட்டம் அரக்கோணம் வட்டம் கீழ்ப்பாக்கத்தில் 200 ஏக்கர் எனப் பஞ்சமிநில மீட்புப் போராட்டத்தில் குறிப்பிடத்தக்க வெற்றியை ஈட்டியிருக்கின்றன. வேலூர் மாவட்டத்தில் மட்டும் 54 ஆயிரம் ஏக்கர் பஞ்சமி நிலம் இருக்கிறது. இதுகுறித்த ஆவணங்கள் அனைத்தையும் வட்டவாரியாகத் திரட்டியுள்ள தீண்டாமை ஒழிப்பு முன்னணி இதேபோன்று பிற மாவட்டங்களிலும் ஆவணங்களைத் திரட்டும் பணியில் ஈடுபட்டுள்ளது. ஆவணங்களைத் திரட்ட முடியாத இடங்களில் பொதுவிசாரணை நடத்திப் பஞ்சமி நிலங்களை அடையாளப் படுத்துவதோடு, அவற்றை ஆக்கிரமித்திருப்பவர்கள் யார், யாருடைய அனுபோகத்தில் இருக்கிறது என்பது போன்ற விவரங்களைத் திரட்டுவதற்குரிய ஏற்பாட்டையும் செய்து வருகிறது. இவையல்லாமல் தலித்துகளுக்கென ஒதுக்கப்பட்ட வீட்டுமனைகளை மீட்பதற்கான போராட்டத்தில் உசிலம்பட்டி நகராட்சி எல்லைக்குள் 244, அருப்புக்கோட்டை காளியம்மன் கோயில் தெரு தலித்துகளுக்கானவை 96 என்று மாநிலத்தின் பல்வேறு பகுதிகளில் 2000 மனைகள் மீட்கப்பட்டுள்ளன. ஆனால், தலித்துகளுக்கு உண்மையில் சேர வேண்டிய நிலப்பரப்போடு ஒப்பிடும்போது இவை அங்குல அளவு முன்னேற்றம் என்றே தீண்டாமை ஒழிப்பு முன்னணி கருதுகிறது. எந்தவோர் அமைப்பும் தனித்துப் போராடி வெற்றிபெறுவது சாத்தியமில்லை என்பதால் தலித்துகளின் நலனில், நிலப்பகிர்வில் மெய்யான அக்கறையுள்ள அமைப்புகளனைத்தும் ஓரணியில் திரண்டு போராடுவதற்கான பரந்த மேடை ஒன்றை உருவாக்குவதற்கும், வேறு யாரேனும் உருவாக்கினால் அவர்களோடு சேர்ந்து போராடுவதற்குமான திறந்த மனதோடு தீண்டாமை ஒழிப்பு முன்னணி களத்தில் இயங்குகிறது. இந்த நாடு காவிகளுக்கு உரியதல்ல என்பதைப் பறைசாற்றிட நீலமும் பச்சையும் கருப்பும் சிவப்புமாக ஒன்றிணைந்து பதாகைகளை உயர்த்துவதற்கு இதைவிடவும் உக்கிரமான காலமேது?

தி டைம்ஸ் தமிழ், ஆகஸ்ட் 2016

பீரங்கி உடலைப் பணிய வைக்கிறது;

பள்ளி ஆன்மாவைப் பணிய வைக்கிறது

பரம்பரை நிறமூர்த்தங்களின் வழியே எழுத்தாளனாகப் பரிணாமம் அடைந்தமையை நிறுவ பூர்வீகக் காரணங்களைச் சிலர் எடுத்தியம்புகின்றனர். இப்போக்கினைக் குறித்து...

நல்லவேளையாக இதெல்லாம் பூர்வஜென்ம புண்ணியத்தால் வந்ததென்று சொல்லாமல் போனார்கள். வால்மீகி இராமாயணத்தை எழுதினார். இவர்களது தர்க்கப்படி பார்த்தால், ஓர் இதிகாசத்தை யாத்தளிக்கும் ஆற்றலை வால்மீகி தன் முன்னோரிடமிருந்து பெற்றிருக்க வேண்டும். ஆனால் இவர்களே சொல்கிறார்கள், அவர் கொள்ளைக் கூட்டத்தைச் சேர்ந்தவர் என்று. சரி, வால்மீகியின் சந்ததியினரில் யாராவது இராமாயணம் அளவுக்கு இல்லையென்றாலும் குறைந்தபட்சம் கீமாயணமாவது எழுதியிருக்கிறார்களா என்றால் அதுவுமில்லை. (வால்மீகிக்குத் தொடர்பற்ற தமிழ்நாட்டின் திருவாரூர் தங்கராசுதான் அந்தக் கீமாயணத்தை எழுதவேண்டியிருந்தது.) வால்மீகியின் பரம்பரையினர் அவரளவுக்கு எழுதத்தான் வரவில்லை, கொள்ளையடிக்கிற பூர்வீகத் தொழிலையாவது செய்து நுணுக்கங்கள் தேர்ந்து எங்கள் நாட்டுக்கோ உங்கள் நாட்டுக்கோ பிரதமராகவோ ஜனாதிபதியாகவோ ஆகியிருக்கிறார்களா என்றால் அதுவுமில்லை. அவர்கள் இந்திய வடமாநிலங்களில் தீண்டத்தகாத சாதியினராக ஒதுக்கிவைக்கப்பட்டுள்ளனர். கம்பன் வீட்டுக் கட்டுத்தறியும் கவிபாடும் என்றவர்கள் கம்பனின் குழந்தைகள் கவி பாடினார்களா என்பதைத் தெரிவிக்கவில்லை. ‘அம்பிகாபதிக் கோவை’ பாடிய அம்பிகாபதியை கம்பனின் மகன் என்று சொல்வாருண்டு. ஆனால் இருவருக்குமிடையில் சில நூற்றாண்டுகள் இருக்கின்றன.

உரைநடை வடிவம் காலத்தால் பிந்தியது. அச்சு இயந்திரங்களின் கண்டுபிடிப்பினைத் தொடர்ந்து செய்தித் தாள்கள் வெளிவரத் தொடங்கியபோது, வாசகர்களை ஈர்ப்பதற்காக வாய்மொழி மரபிலிருந்த தொல்கதைகளைச் சுருக்கியெழுதி வெளியிட ஆரம்பித்திருக்கிறார்கள். இதன் வளர்ச்சியில்தான் சிறுகதை வடிவம்

உருவானது. எனில் அந்த வடிவத்தில் எழுதுகிறவர்களுக்கான மரபணு அதுவரையிலும் உறைநிலையில் இருந்ததா? இன்றைக்குத் தமிழில் நாவல் எழுதிக்கொண்டிருப்பவர்களெல்லாம் 'ஆதியூர் அவதானி சரிதம்' எழுதிய வித்துவான் தூ.வி.சேஷையங்கார் அல்லது 'பிரதாப முதலியார் சரித்திரம்' எழுதிய மாயூரம் வேதநாயகம் பிள்ளை ஆகிய இருவரில் ஒருவரது ரத்த வாரிசுகள் என்றால் எவ்வளவு அபத்தமோ அந்தளவு அபத்தமானதுதான் நாங்கள் மரபணு மகிமையால் கருவிலே திருவுடையோராகி எழுதிக்கொண்டிருக்கிறோம் என்பதும்.

அசமனிலை அடையாளங்களைக் களைந்துவிட்டுப் பொது மானுட தளத்தில் நின்று வாழ விரும்புகிறபோது... எவ்வகையான சிக்கல்களை எதிர்கொள்கிறீர்கள்?

இங்கு வாழ்விடம் தொடங்கி புதைவிடம் வரை வாழ்வின் எல்லாத் தருணங்களும் பாலினம், சாதி, மதம், வர்க்கம், இனம் சார்ந்த பாகுபாடு நிலவுகிறது. ஒன்றையொன்று ஊடறுத்துச் செல்லக்கூடியவையான இந்தப் பாகுபாடுகளில் உங்களுக்குள்ள இடம் சார்ந்துதான் உங்களது சிந்தனையும் செயலும் அமைகிறது. அதாவது, நீங்கள் ஒரு சாய்மானத்துடன்தான் இங்க இருக்க முடியும். எனில் பொது மானிடத் தளம் என்று ஏதாவது இங்கிருக்கிறதா என்பதே விவாதத்திற்குரியதுதான். பொது என்கிற பெயரில் போக்குக் காட்டிக்கொண்டிருக்கின்ற எதுவொன்றின் மூடாக்கையும் விலக்கிப் பார்த்தோமானால் அதனுள்ளே மேற்சொன்ன பாகுபாடுகளினால் ஆதாயம் அடைந்தவர்கள் பதுங்கியிருப்பதை அறியமுடியும். பதுங்கியிருக்கிற அவர்கள் பொது என்று இப்போதிருப்பது போலியானது, சார்புநிலை கொண்டது, மனிதாயமற்றது, என்கிற புரிதலுடன் வெளியேவந்து, அவர்களால் விலக்கி வைக்கப்பட்டிருப்பவர்களுடன் கலந்துறவாடி மனிதராக வாழ்வதற்கான முயற்சியை மேற்கொள்வதுதான் இங்கே தேவையானதாக இருக்கிறது. அப்படியான ஒரு தொடர் நெருக்கடியை உரையாடல் உள்ளிட்ட இயன்ற வழிகளிலெல்லாம் அவர்களுக்கு உருவாக்குவதுதான் விலக்கிவைக்கப்பட்ட ஒருவர் செய்யவேண்டிய தலையாய பணி என்பதே எனது புரிதல். அதன் பொருட்டான எனது எழுத்துகளும் செயல்பாடுகளும் எல்லோருக்கும் உவப்பானதல்ல. அவ்வாறு என்னை வெறுக்கவும் கண்டும் காணாமல் புறக்கணிக்கவும் அவர்கள் மெனக்கெடுவதில் வெளிப்படும் பதற்றத்தை ரசித்தபடி நான் நகர்ந்துகொண்டிருக்கிறேன். அம்மட்டில் அவர்களுக்கு ஒரு தொந்தரவாக இருக்கிறேன் என்பது மகிழ்ச்சியே. எவர் வேண்டுமானாலும் பயன்படுத்திக்கொள்வதற்கு நானொன்றும் பல்குத்தும் குச்சியோ ஜோக்கர் சீட்டோ அல்லதானே!

நம்முள்ளே ஒடுக்குமுறை ஒன்றினைப் பேணிப் பாதுகாத்தவாறே பிறிதொரு விடுதலை நோக்கிப் பயணித்தல் ஏற்புடையதா? உதாரணமாக, சாதிய நுண்ணடுக்குகளைத் தக்கவைத்தபடி பெண்விடுதலை, இனவிடுதலை சார்ந்த போராட்டங்களை முன்னெடுப்பது

ஒடுக்குமுறை எப்போதும் ஒற்றையாக இருப்பதில்லை. இங்கொருவர் பல்வேறு அடையாளங்களையும் அதன் பொருட்டான ஒடுக்குமுறைகளையும் சுமக்க வேண்டியவராக இருக்கிறார். இந்த அடையாளங்களில் சிலவற்றை மாற்றிக்கொள்ள முடியும். அதனூடாகச் சில ஒடுக்குமுறைகளிலிருந்து விடுபடவும் முடியும். ஆனால், மாற்றீடு செய்யப்பட முடியாத நிரந்தர அடையாளமாகச் சாதி இருக்கிறது. சாதியின் ஆதாரம் அகமண முறை. அகமணமுறை நீடிக்கும் வரையிலும்தான் சாதி தூய்மையானது. ஆகவே, மணவுறவு ஒரே சாதிக்குள் நிகழ்ந்து, அந்தச் சாதியின் ரத்தம் (ரத்தமென்ன ரத்தம், விந்துதான்) அதே சாதிக்குள் கலந்து குழந்தையாகி சாதியை மறுவுற்பத்திச் செய்தாக வேண்டும். இதற்கு மாறாக வேறொரு சாதியின் விந்தினை ஏற்று ஒரு பெண் கருவுறுவாளானால் சாதியின் கண்ணி அறுபட்டுவிடும். சாதியின் புனிதத்திற்குக் களங்கம் உண்டாக்கும் இந்தக் கலப்பினைத் தடுக்க வேண்டுமானால், வேறு சாதி ஆணால் அணுகமுடியாத நிலையில் பெண்ணைக் கட்டுக்குள் / கண்ணுக்குள் / உள்ளங்கைக்குள் வைக்க வேண்டியுள்ளது. அதற்குரிய வளர்ப்பு முறையைப் பேணும் குடும்பம்தான் இங்கு நல்லதொரு மானமுள்ள குடும்பம் என்ற மதிக்கப்படுகிறது. அதாவது பெண் மீது எவ்வளவுக்கெவ்வளவு கட்டுப்பாடுகளை இறுக்க முடியுமோ அவ்வளவுக்கவ்வளவு சாதியின் தூயநிலை பாதுகாக்கப்படுகிறது. இதற்காகப் பெண் தன்னுரிமை உள்ளவள் என்கிற சுதந்திர நிலை மறுக்கப்பட்டு அவளை ஆணுக்குக் கீழ்படிகிற, ஆணைச் சார்ந்து வாழ்கிற ஓர் ஒட்டுண்ணியாகத் திணையிறக்கம் செய்து ஒடுக்குகிறது சாதி. பல்வேறு வன்கொடுமைகளை உள்ளடக்கிய இந்த ஒடுக்குமுறை கொலைவரைக்கும் செல்கிறது. சாதி என்கிற ஒடுக்குமுறை, தன் தூய்மையைக் காப்பாற்றிக்கொள்வதற்காகப் பெண்மீது பாலின ஒடுக்குமுறையையும் பொருளாதார ஒடுக்குமுறையையும் ஏககாலத்தில் நடத்துகிறது. (இது மத / இனத் தூய்மைவாதத்திற்கும் பொருந்தும்.)

பாலினச் சமத்துவத்தையும் பொருளாதாரச் சமத்துவத்தையும் ஆழப் புதைத்து அவற்றின்மீது நிலைநிறுத்தப்பட்டுள்ள குடும்பமும், குடும்பங்களின் தொகுப்பாகச் சாதியும், சாதிகளின் தொகுப்பாகச் சமூகமும் இருக்கும்போது ஏதாவது ஒரு ஒடுக்குமுறையை மட்டும்

தனித்து ஒழித்துவிட முடியுமா? ஒடுக்குமுறையிலிருந்து விடுதலை என்பது எல்லா நிலைகளிலுமான சமத்துவத்தைக் குறிக்கிறது. "துரதிஷ்டவசமாகச் சமத்துவம் என்னும் சொல்லுக்குப் பதில் வேறோரு சொல் இல்லை. சமத்துவம் என்றால் அளவு, தொகை, எண், தரம், மதிப்பு, தன்மையில் ஒன்றுபோல இருத்தல்" என்று அண்ணல் அம்பேத்கர் காட்டும் மேற்கோள் சமத்துவம் என்பதற்குரிய பொருத்தமான விளக்கமாகப்படுகிறது.

கலை, இலக்கியம், அரசியல் முதலான துறைகளில் ஒருவர் பிரபலமடைந்துவிட்டால் அவரைப் புனிதராக நிறுவுகின்ற போக்கினைக் காணமுடிகிறது. இச்சமூகச் சூழலை எப்படிப் பார்க்கிறீர்கள்?

சிலர் தமது சொந்த உழைப்பால் பிரபலமடைகிறார்கள். (இங்கு உழைப்பு என்பதை அதன் நேர் அர்த்தத்திலும் பரிமாணங்களிலும் சொல்கிறேன்.) இவர்கள் ஆரவாரமின்றித் தமது பணிகளைத் தொடர்கிறார்கள். இவர்களல்லாமல், நானாவித தகிடுதத்தங்கள் வழியாகப் பிரபலமானவர்களும் பிரபலமாகிறவர்களும்தான் அநேகம். இவர்கள்தான் தங்கள் பிரபல்யத்தை ஒரு சரக்குப் போல பாவித்து மார்க்கெட் செய்ய அலைகிறார்கள். அதற்காகத் தம்மை அதி மானுடர்களாகச் சித்தரித்துக்கொள்கிற அற்பத்தனங்களில் ஈடுபடுகிறார்கள். நாகரிகச் சமூகத்தின் உளவியலில் மங்கி மறைய வேண்டிய நாயக வழிபாட்டுணர்வையும் அடிமை மனோபாவத்தையும் கிளறி மேலுக்குக் கொண்டுவந்து அதனூடாகச் சிக்குபவர்களைத் தமது மார்க்கெட்டிங் ஏஜென்ட்டுகளாக்குகிறார்கள். சொந்த ஒளியில்லாத இந்த ஏஜென்ட்டுகள், தங்களது நாயகரின் இரவல் ஒளியிலாவது பிரகாசிக்க முயற்சிக்கிறார்கள். நாயகர் மீதிருப்பது ஒளியல்ல, ஜிகினாப்பொடி என்பதை உணர்ந்திராத அவர்கள் தொடர்ந்தும் அவரை திருநிலைப்படுத்துகிறார்கள். இது சீரழிவுதான்.

"சிலர் எழுதிய தாள்கள் மலம் துடைக்கவும் தகுதியற்றதாக அருவருப்பூட்டும். ஆனால், சிறையில் அடைக்கப்பட்ட கூகி, அங்கு மலம் துடைக்கும் தாளில் ஒரு நாவல் எழுதி முடித்திருக்கிறார்" எனச் சிறுகதைத் தொகுப்பு முன்னுரையில் குறிப்பிட்டுள்ளீர்கள். கூகி வா தியாங்கோவின் எழுத்துகள் குறித்துப் பகிர்ந்துகொள்ளுங்கள்.

ஒரு நாட்டின் நிலப்பரப்பைக் கைப்பற்றிக்கொள்வதோடு ஏகாதிபத்தியம் நின்றுவிடுவதில்லை. என்றென்றைக்குமாகத் தனது ஆதிக்கத்தை ஏற்றுக் கீழ்ப்படியும் விதமாக அது அங்குள்ள மக்களின் மனங்களைத் தகவமைக்கிறது. ஒருவேளை அந்நாட்டை விட்டு வெளியேறிப் போய்விட நேர்ந்தாலும்கூட அம்மக்கள்

ஏகாதிபத்திற்குத் தமது விசுவாசத்தைத் தொடர்ந்து தெரிவிக்கும் நிலையை அது உருவாக்குகிறது. பாரம்பரியமிக்கத் தமது பண்பாட்டு வளமைகளுக்கும் ஏகாதிபத்தியம் திணிக்கும் அடிமைப்பண்பாட்டிற்கும் இடையே ஊசலாடிக் களைக்கும் இரட்டை மனநிலை கொண்டவர்களாக அம்மக்களின் ஆளுமையைக் காலனியாட்சி சிதைக்கிறது. இதற்காக அது கல்வியையும் ஆங்கிலத்தையும் ஆயுதங்களாகப் பயன்படுத்துவதை 'ஏகாதிபத்தியத்தின் காலனிய கட்டத்தில் கொல்வதற்கும் சுகப்படுத்துவதற்கும் ஒரே கலையைப் பயன்படுத்தும் வழிமுறைகள்' என்கிறார் கூகி. இதை மேலும் விளக்குவதற்காக "கறுப்புக் கண்டத்தில் நாம் அவர்களது உண்மையான சக்தி பீரங்கிகளில் இல்லை. அதைத் தொடர்ந்த வழிமுறைகளில் இருந்தன என்பதைப் புரிந்துகொண்டோம். பீரங்கிகளுக்குப் பின்னால், புதிய பள்ளிகள் இருந்தன. அப்பள்ளி பீரங்கியிலிருந்து போரிடும் ஆயுதத்தின் வலுவைப் பெற்றது. ஆனால், பீரங்கியைவிட நிரந்தரமான வெற்றியை ஈட்டித்தந்தது. பீரங்கி உடலைப் பணிய வைக்கிறது. பள்ளி ஆன்மாவைப் பணிய வைக்கிறது" எனும் செயிக் ஹமிதௌ கானேயின் வரிகளை மேற்காள் காட்டுகிறார் கூகி. யுனெஸ்கோவில் வாசித்த 'தேசியப் பண்பாட்டை நோக்கி' என்ற கட்டுரையில் 'காலப்போக்கில் மக்கள் உருவாக்கிய மதிப்பீடுகளைச் சுமப்பது மொழிதான்' என்றும் வேறொரு சந்தர்ப்பத்தில் தமது மொழியைப் பண்பாட்டுக்களம் என்றும் கொண்டாடும் கூகி, ஏகாதிபத்தியத்தின் மொழியை ஆன்மாவை ஈர்த்துக் கைது செய்யும் மிக முக்கிய ஊடகம் என்று விமர்சிக்கிறார்.

வலிமையும் கொடூர மனமும் கொண்ட ஏகாதிபத்தியத்தை எதிர்த்துப் போராடுவதற்கான ஆற்றலையும் வெற்றிபெற முடியும் என்கிற நம்பிக்கையையும் தங்களது தாய்மொழியான 'கிகூயூ'வின் வாய்மொழிக் கதைகளில் இருந்து பெற்றதாக அவர் கூறுவது கவனிக்கத்தக்கது. 'கிகூயூவில் சொல்லப்பட்ட பெரும்பாலான கதைளில் மையப் பாத்திரங்களாக மிருகங்களே இருந்தன. அவற்றில் முயல்தான் எங்கள் கதாநாயகன். உருவத்தில் சிறிய, பலவீனமான முயலுக்கு இருந்த புத்தி கூர்மையும் குயுக்திகளும் எங்களுக்குப் பிடித்திருந்தன. சிங்கம், சிறுத்தை, கழுதைப்புலி போன்ற கொடூரமான மிருகங்களை எதிர்த்துப் போராடிய முயலோடு நாங்கள் எங்களை அடையாளப்படுத்திக் கொண்டோம். முயலின் வெற்றிகள் எமது வெற்றிகளாயின. வலுவானவர்களை வெல்லமுடியும் எனக் கற்றுக்கொண்டோம்..."

ஏகாதிபத்தியம் திணித்த பண்பாட்டினாலும் மொழியாலும் இடையீடு செய்யப்பட்ட கென்ய மனதை மீட்டுருவாக்கம்

செய்வதற்கு இலக்கியத்தை ஒரு வழியாகக் காணும் அவர் சிறுகதை, நாடகம், கட்டுரை, நாவல் ஆகிய வடிவங்களில் இயங்குகிறார். கலை இலக்கியத்தின் அந்நிய வடிவங்களை ஆப்பிரிக்கமயமாக்குவதற்கான தொடர் ஆய்வின் ஒரு கட்டத்தில்தான் அவர் தன் தாய்மொழியான கிகூயூவில் 'சிலுவையில் தொங்கும் சாத்தான்' நாவலை எழுதுகிறார். சிறையில் அறை எண் 16இல் இருந்து நாவல் எழுதிய அனுபவத்தை அவர் இப்படிச் சொல்கிறார். "முதல் சிக்கல் காகிதமும் பேனாவும். அதிகாரிகளுக்கு ஒப்புதல் வாக்குமூலமோ, வேண்டுகோள் மனுவோ எழுதுவதாகக் கூறிப் பேனாவைப் பெற முடியும். இரண்டு அல்லது மூன்று காகிதங்களும் பெறலாம். ஆனால் நாவல் எழுதுவதற்கான காகிதக்கட்டு எப்படிக் கிடைக்கும்? எனவே கழிவறையில் உள்ள துடைப்புத்தாளைப் பயன்படுத்தினேன். இதை நான் சொன்னபோது பலர் சிரித்தார்கள். பலர் வினாக்குறிகளோடு நோக்கினர். ஆனால், அந்தத் தாளில் எழுதுவதில் எந்த மூடுமந்திரமும் இல்லை. கமீதி சிறையில் அவை கைதிகளுக்குத் தண்டனை அளிப்பதற்கானவை. எனவே கரடுமுரடாக இருந்தன. உடலுக்கு ஊறு விளைவிக்கக்கூடிய துடைப்புத்தாள்கள், பேனாவுக்கு வசதியாக இருந்தன." உனக்குக் கட்டுக்கட்டாகக் காகிதமும் விதவிதமான பேனாக்களும் கிடைத்தும் நீ என்ன எழுதியிருக்கிறாய், எழுதியிருக்க வேண்டிய அளவுக்கு எழுதியிருக்கிறாயா என்று கூகி என்னைத் தனிப்பட்ட முறையில் கேட்டுக்கொண்டே இருப்பதாக இந்த வரிகள் நினைவுக்கு வரும்போதெல்லாம் துணுக்குறுவேன்.

காலனியாதிக்கத்தின் கீழ் கென்யா என்னவானது, அதிலிருந்து மீள்வதற்குத் தாங்கள் செய்த, செய்துகொண்டிக்கிற பணிகள் எத்தகையவை என்பதை விவரிக்கும் கூகியின் ஒவ்வொரு சொல்லும் காலனியாதிக்கத்தின் கீழிருந்த இந்தியா, இலங்கை உள்ளிட்ட எந்தவொரு நாட்டிற்கும் அப்படியே பொருந்தும். அந்தளவிற்கு மனவொருமை கொள்ளவைக்கும் எழுத்து அவருடையது. அவருடனான உரையாடலும் அத்தகையதே என்பதைக் கடந்த ஆண்டு பிப்ரவரியில் பெங்களூரில் சந்தித்த போது உணர்ந்தேன். "நாம் கனவு காண உறங்குபவரல்ல; உலகை மாற்றக் கனவு காண்பவர்கள்" என்கிற அவரது கூற்றில் உள்ள 'நாம்' என்பதற்குள் பொருத்திக்கொள்வதெப்படி என்கிற கேள்வி இடையறாது என்னைக் குடைந்து கொண்டே இருக்கிறது.

'கதையின் தலைப்பு கடைசியில் இருக்கக்கூடும்' என்ற சிறுகதை மீ டிகிரி கொதிநிலை ஒன்றை அங்கதத்தோடு சுவறச் செய்கிறது. அக்கதையை வாசித்த பின்பு பலநாள்கள் அதன் அதிர்விலிருந்து

விடுபட முடியவில்லை. எழுதிய தருணத்தில் உங்கள் மனநிலையை அறியலாமா?

இந்த நாடே ஒரு திறந்தவெளிக் கழிப்பறையாக நாறிக் கொண்டிருக்கிறது. இங்கு சுத்தம், சுகாதாரம் என்பவை தனிநபர், குடும்பம், அரசு ஆகியவற்றின் கூட்டுப்பொறுப்பாக அல்லாமல் துப்புரவுப் பணியாளர்களின் தலையில் சுமத்தப் பட்டுள்ளது. விவசாயம் மற்றும் போர் தொடர்பான தோல் கருவிகளை உற்பத்தி செய்யவல்லவர்களான அருந்ததியர் உள்ளிட்ட பட்டியல் சாதியினர் இந்தப் பணிகளுக்குள் பலவந்தமாகத் தூக்கி வீசப்பட்டிருக்கிறார்கள். இவர்கள் பணி சார்ந்த நோவுகளாலும் விஷவாயு போன்றவற்றின் தாக்குதலாலும் நாட்டின் ஏதாவதொரு பகுதியில் அன்றாடம் செத்துக்கொண்டிருக்கிறார்கள். எல்லையில் ஒரு இராணுவச் சிப்பாய் சாவது நாட்டைக் காப்பாற்றவதற்காக என்றால் இவர்கள் சாவது யாருக்காக? இவர்களது வாழ்வைப் போலவே சாவும் சீந்துவாரற்றுப் போவதை எப்படித் தாங்கிக்கொள்வது? நாட்டின் ஆரோக்கியத்திற்கான முதன்மைப் பணிகளை ஆற்றி மக்களைக் காப்பாற்றும் இவர்கள் எவ்விதச் சமூக மதிப்பும் இன்றி வறுமையில் உழன்று எவருக்காகவோ செத்தொழிவதா? இப்படியாக என்னை எப்போதும் அலைக்கழித்த கேள்விகளின் அழுத்தத்தில்தான் அந்தக்கதை உருவாகியிருக்கக்கூடும். நடப்புலகின் விரும்பத்தகாத எதார்த்தத்தைப் புனைவுலகத்தில் மாற்றிப் பார்க்கலாம்தானே! அப்படி எழுதிப் பார்த்ததுதான் அந்தக் கதை.

'மீசை வணிகம்' போன்ற கவிதைகளில் கட்டிறுக்கமான மொழியாட்சியினையும்.. 'பாரத் மாதா கீ ஜே' போன்ற கவிதைகளில் எளிமையான வெளிப்பாட்டினையும் காண முடிகிறதே....

எழுதத் தேர்ந்துகொள்ளும் பொருள் அதற்கிசைவான மொழியையும் இழுத்துவருகிறது. இதில் கருத்துச் சொல்ல நான் யார்?

பா.இரஞ்சித், மகிழ்நன் ஆகியோருடன் இணைந்து 'காலா' திரைப்படத்திற்கு வசனம் எழுதியிருந்தீர்கள். சமூகக் கோபத்தினைப் பதிவுசெய்யும் வகையான வெளியையும் சுதந்திரத்தையும் 'காலா' வழங்கியதா?

சமூகத்தின் உயிராதாரமான நிலவுரிமையைப் பேசுவதற்காகத்தான் இரஞ்சித் 'காலா' கதையை எழுதியிருந்தார். அந்தக் கதையை அதற்கான தீவிரத்தோடு திரைமொழியில் சொல்வதற்குத் தேவையான ஒவ்வொரு வசனத்தையும் விவாதித்து இறுதிப்படுத்தும் ஜனநாயகத்தன்மையை அவர் கைக்கொண்டிருந்தார். எங்கள் மூவருக்கிடையிலும் ஏற்கெனவே இருந்துவருகிற தோழமையும்

பரஸ்பர மரியாதையும் இந்த விவாதங்களைச் சமரசமின்றி நடத்துவதற்கான சுதந்திரத்தை இயல்பானதாக மாற்றியிருந்தது. அந்தவகையில் அதுவொரு கூட்டுழைப்பு.

‘பூகோள நியமத்தில் / ஊர்க்கோடியில் சுடுகாடிருக்கும் / நமக்கு இலங்கை போல’ என்று எழுதியுள்ளீர்கள். எல்லா வகையான அதிகாரங்களையும் வெறுப்பவர் நீங்கள். எனவே ஆயுததாரிகளின் செயற்பாடுகள் குறித்த உங்கள் எண்ணங்களை நன்கறிவோம். இங்குள்ள மக்களின் வாழ்க்கை பற்றிய உங்கள் எதிர்பார்ப்புகளைத் தெரிந்துகொள்ளலாமா?

‘புறப்பாடு’ என்கிற எனது முதல் தொகுதியிலுள்ள இந்தக் கவிதையில் வெளிப்படும் அதே துக்கமும் இயலாமையும்தான் இன்றளவும் என் மனதில் நீங்காதுள்ளது. அது எந்தளவுக்கு ஆத்மார்த்தமானது? தெரியவில்லை, ஆனால் பாவனையோ பாசாங்கோ அல்ல என்று நம்புகிறேன். உயிரிழப்பு, சிறைவாசம், சித்ரவதைகள், நோய், அங்கவீனம், இடப்பெயர்வு, புலப்பெயர்வு, வறுமை, அலைக்கழிப்பு என யுத்தத்தின் வாதைகளைத் தாங்கிக்கொண்டு எஞ்சியுள்ள தமிழர்கள், போரின் பேரழிவுகளிலிருந்து தம்மை மீளக் கட்டமைத்துக்கொண்டு கண்ணியமான வாழ்வுக்குத் திரும்ப வேண்டும் என்று வெறுமனே ஆசையை வெளிப்படுத்துவதால் என்ன பயன்? தமிழர்கள் மீது போர்க்குற்றங்களை நிகழ்த்திய இலங்கை அரசையும் இனவாதிகளையும் தண்டனைக்குள்ளாக்கும் அரசியல் விருப்புறுதியும் அதன் பொருட்டான தொடர்ச் செயல்பாடும் கொண்ட அமைப்புகள் இல்லாத நிலையில் இப்படியான ஆசைகளுக்கு ஒரு பொருளுமில்லை. வடகிழக்குத் தமிழர்கள், தமிழ்ப் பேசும் முஸ்லிம்கள், மலையகத் தமிழர்கள், இனவாதத்தின் பிடியில் இன்னமும் சிக்காத சிங்களவர்கள் ஆகியோரைக் கொண்ட ஜனநாயக இயக்கங்களை உருவாக்குவதற்கான களப்பணி ஆற்றுகிறவர்கள் யாரேனுமிருந்தால் அவர்களுக்கு எனது ஒருமைப்பாட்டைத் தெரிவியுங்கள். மதவெறியையும், சாதிவெறியையும், பெண்ணடிமைத்தனத்தையும், மூட நம்பிக்கைகளையும் போலிப் பெருமிதங்களையும் பரப்பி இந்திய மக்களை வன்முறையால் பிளவுபடுத்திவரும் இந்துத்துவவாதிகள் ஈழத்தமிழர்களையும் குறிவைத்து இறங்கியிருக்கிறார்கள். இந்த அபாயத்தை எடுத்துரைத்து, மற்றுமோர் அழிவு நமக்கெதற்கு என்று தமிழ்ச் சமூகத்தை உஷார்ப்படுத்துகிற எவரொருவரது கரங்களையும் தோழமையுடன் பற்றிக்கொள்கிறேன்.

ஜீவநதி, 2019 ஏப்ரல்

சகோதரத்துவம் வளர நலம் வாய்ந்த சமூக மண்ணும் சிந்தனை நீரூற்றும் தேவை

சகிப்பின்மைக்கு இந்திய வரலாற்றில் இருந்த மரபு அல்லது வேர் பற்றி?

தானல்லாத பிறரைத் தனக்குச் சமமாகக் கருதாமல் ஏதோவொரு வகையில் ஒதுக்குவது அல்லது ஒதுங்குவது என்கிற நிலை சிந்து சமவெளி நாகரிக காலத்திலேயே இருந்ததாக ஆய்வாளர் ஆர்.பாலகிருஷ்ணன் குறிப்பிடுகிறார். திராவிட நாகரிகத்தின் தொட்டில் எனக் கொண்டாடப்படும் அங்கு சமூகத்தில் பாகுபாடு நிலவியது என்றும் அந்தப் பாகுபாடு வாழ்விடத்திலும் வெளிப்படையாக இருந்தது என்பதைப் பின்வரும் அவரது கூற்று உணர்த்துகிறது. "சிந்துவெளி நகரமைப்பாளர்கள் தங்களது சமூக அமைப்பில் நிலவிய ஏற்றத்தாழ்வுகளைத் தாங்கள் வடிவமைத்த நகரங்களின் திட்டமிடலிலும் கட்டமைப்புகளிலும் வெளிப்படுத்த பல்வேறு உத்திகளைக் கையாண்டுள்ளனர். மொகஞ்சதாரோவில் உயர்நிலப் பகுதிகளை நகரின் மற்ற பகுதிகளிலிருந்து வேறெனப் பிரித்துக்காட்டும் வகையில் இடையில் வெற்றிடங்கள் விடப்பட்டுள்ளன... ஹரப்பாவில் வெற்றிடங்கள் மூலமும் தடுப்புச்சுவர்கள் மூலமும் இந்த வேறுபாடுகள் கட்டமைக்கப்பட்டுள்ளன. பொதுக் கட்டடங்களுக்குச் செல்லும் நுழைவுரிமை கட்டுப்பாடுகளுக்கு உட்பட்டிருந்தது..." பின்னாளில் இந்தியப் பரப்புக்குள் ஆரிய வந்தேற்றம் நிகழ்ந்தபோது ஆரியர்கள் இங்கிருந்த பூர்வகுடிகளைத் தமக்கிணையானவர்களாகக் கருதாததுடன் அவர்களை நிறம், உருவ அமைப்பு, வழிபாடு, பழக்கவழக்கங்கள் சார்ந்து ஏளனப்படுத்திப் பலவாறாகப் பாகுபடுத்தத் தொடங்கி வர்ணம், சாதி என்கிற வரையில் நீட்டித்து வளர்த்து நிலைநிறுத்தினார்கள்.

சகிப்பின்மையின் உச்சம் என்று எதைக் கண்டு துடித்தீர்கள்?

ஆரியர்களின் வேதவழிப்பட்ட இந்து மதத்தின் வரலாற்றை அறிய விரும்பும் எவரொவரும் அதன் ஒரு வரியைக்கூட துணுக்குறாமல் படித்துவிட முடியாது. தானல்லாத பிறரது இருப்பை வெறுக்கவும் அழிக்கவுமான கருத்தியல் நியாயத்தை

இறை நம்பிக்கை, மத ஆச்சாரங்கள், வாழ்க்கை வட்டச் சடங்குகள் ஆகியவற்றின் வழியே நிறுவுவதற்காக அவர்களால் நிகழ்த்தப்பட்ட படுகொலைகள், குரூரமான தண்டனைகள், ஒடுக்குமுறைகள் சொல்லித் தீராதவை. ஆரிய, வேத மேன்மையை நிலைநிறுத்தும் புரோகிதப் பிரிவினர் தமது நலன்களுக்காக நாட்டின் அறிவு ஆற்றல் அனைத்தையும் கீழ்ப்படியச் செய்து ஏற்படுத்திய அழிமானத்தால்தான் உலக அரங்கில் இந்தியா இன்றும் பல தளங்களில் பின்தங்கியிருக்கிறது. தங்குதடையற்ற அவர்களது வல்லாதிக்கத்தைத் தடுத்தாக வேண்டும் என்கிற வரலாற்றுப் பெருவிழைவிலிருந்து பௌத்தம் உருவானது. ஆனால், அதுவும் கொடூரமாக அழித்தொழிக்கப்பட்டது. பௌத்தத்திற்கும் பார்ப்பனீயத்திற்கும் இடையேயான போராட்டத்தின் வரலாறே இந்தியாவின் வரலாறு என்கிற அண்ணல் அம்பேத்கரின் கூற்று இந்த நிலையை விளக்கப் போதுமானது. வரலாறு நெடுக வழிந்தோடிய இந்த ரத்தத்தின் பிசுபிசுப்பும் மரண ஓலமும் அழுகிய பிணங்களின் வாடையும் அவமானத்தின் குமுறலும் இந்தியப் பரப்பின் ஒவ்வொரு அங்குலத்திலும் இன்றளவும் தொடர்கிறது. அதற்கான பொறுப்பை ராஷ்ட்ரீய சர்வநாச சங்கம் எனச் சுட்டப்படும் ஆர்.எஸ்.எஸ்.தான் ஏற்றாக வேண்டும். அது எத்தகைய மனிதத்தன்மையற்ற, பிற மத விஷங்கக்கிகளை, வெறுப்பாளர்களை உருவாக்கிவிட்டுள்ளது என்பதற்குச் சுவாமி அசீமானந்தா என்பவர் ஓர் உதாரணம்.

ஐந்து தாக்குதல்களில் 119 பேரைக் கொன்றது மற்றும் பல்வேறு நாசவேலைகளுக்காகக் கைதாகி சிறையிலிருந்த இந்த அசீமானந்தாவிடம் கேரவன் இதழுக்காக லீனா கீதா ரகுநாத் ஒரு நேர்காணலை எடுத்திருந்தார். இயற்கைச் சீற்றங்களால் அடிக்கடி பாதிப்புக்குள்ளாகும் அந்தமான் பகுதியில் நிவாரண முகாம் எவ்வாறு செயல்பட்டதெனப் பாருங்கள்.

“அந்தமானைவிட்டு வந்தபிறகும் அசீமானந்தா அடிக்கடி அங்கு வந்தார். இயற்கைச் சீற்றங்களைத் தொடர்ந்து உணவு மற்றும் மருந்துப்பொருட்களை ஒப்படைக்கவும் வந்தார். ஆனால், அவரது நிவாரண உதவிகளை ‘யார் யாரெல்லாம் தங்களை இந்துக்கள் என்று அறிவித்துக்கொண்டார்களோ அவர்களுக்கு மட்டுமே தர வேண்டும்’ என்று மிக்ககடுமையாக வரையறுத்தார். 2004இல் சுனாமி வந்தபிறகு நிகழ்ந்த ஒரு கதையை என்னிடம் சொன்னார். “ஒரு கிறிஸ்தவப் பெண் தனது குழந்தைக்குப் பால் வேண்டும் என்று வந்தாள். எனது ஆள்கள் இல்லை என்று கூறிவிட்டார்கள். அந்தக் குழந்தைக்கு மூன்று நாட்களாக எந்த உணவும் கிடைக்கவில்லை, பாலும் தராவிட்டால் அந்தக் குழந்தை

இறந்துவிடும் என்று அந்தப் பெண் கெஞ்சினாள். அதன்பின் எங்கள் ஆள்கள் 'சுவாமிஜியிடம் சென்று கேள்' என்றனர். நான் அப்பெண்ணிடம் 'அவர்கள் என்ன செய்கிறார்களோ அதுதான் சரி. உனக்கு இங்கே பால் கிடைக்காது' என்று கூறினேன்." இந்தக் கதையைத் திரும்பத் திரும்பக் கூறுவதை அசீமானந்தா பெரிதும் விரும்பினார்."

இதற்கு மேல் வாசிக்க முடியாமல் நான் வெகுநேரம் விக்கித்துக் கிடந்தேன். மூன்று நாள்களாக உணவின்றிச் சொடுங்கும் பச்சிளம் குழந்தைக்கு ஒரு சங்கடை பால் தர மறுக்கும் அசீமானந்தா போன்றவர்கள்தாம் இந்த நாட்டின் பெரும்பான்மை மதமான இந்துமதத்திற்குத் தலைமை தாங்குகிறார்கள் என்றால் இந்தச் சமூகம் எத்தகைய பேரழிவுக்குத் தயாராகிக்கொண்டிருக்கிறது என்கிற நடுக்கம் எனக்குள் பரவியது. இந்த அளவிற்குப் பிற மதவெறுப்புத் தனக்குள் உருவாகவும் மூர்க்கம் பெறவும் காரணமாக அமைந்தது "இந்து மதத்தைவிட்டு ஒவ்வொரு மனிதனும் விலகிச் செல்லும்போது, ஒரு மனிதன் குறைகிறான் என்பதல்ல பொருள். ஒரு எதிரி அதிகமாகிறான் என்பதே" என்கிற விவேகானந்தரின் கூற்றே என்கிறார் அசீமானந்தா. அசலான இந்த விவேகானந்தரை அரசிடமிருந்து நிதியுதவி பெறுவதற்காக ராமகிருஷ்ணா மிஷன் மதச்சார்பற்றவராகத் திரித்துக் காட்டிவிட்டது என்கிறார் அசீமானந்தா. இந்த விவேகானந்தரைத்தான் துறவி, உலக மக்கள் அனைவரையும் சகோதரர்களாகப் பாவித்தவர் என்று கொண்டாடிக்கொண்டிருக்கிறோம்.

சகிப்பின்மை என்கிற அரசியல் கோட்பாடு, வெகு மக்களின் மனங்களை எவ்வாறு ஆட்கொள்கிறது?

இந்தியச் சமூகம் 47 இலட்சம் பெயர்களிலான சாதி - உட்சாதிகளாகப் பிரிந்து கிடக்கிறது. இத்தனை சாதிகளில் ஒன்றுகூட இன்னொன்றைச் சமமாகக் கருதுவதில்லை, கருத முடியாது. இதுதான் சாதியின் அடிப்படையான பண்பு. தாங்கள் ஒரு தனிக்கூறான பண்பாட்டின் வழிவந்தவர்கள் என்கிற நம்பிக்கை ஒவ்வொரு சாதியினருக்கும் இருக்கிறது. அதனாலேயே பிறரைப் பற்றிய இழிவான / உயர்வான மதிப்பீடுகளை உருவாக்கிக்கொண்டு அதனூடாகப் பிறருடன் கலந்துண்பதை, மணம் புரிவதை, சேர்ந்திருப்பதை, சமயச்சடங்குகள் செய்வதைத் தீர்மானிக்கிறார்கள். வேறு பண்பாட்டுப் பின்புலம் உள்ளவர்களை அவர்களது தனித்துவப் பண்புகளோடு எந்த அளவுக்குச் சகித்துக்கொள்ள மக்கள் தயாராக இருக்கிறார்கள் என்பதை அறிவதற்காக உலகளாவிய அளவில் நடத்தப்படும் பல சர்வேக்களில் சகிப்புத்தன்மை மிகக்குறைவாக உள்ள

நாடுகளில் ஒன்றாக இந்தியா தொடர்கிறது. வேறு பண்பாட்டுப் பின்புலமுள்ளவர்கள் தமது அண்டை வீட்டாராக வசிப்பதை ஏற்க முடியாது என்று அந்தச் சர்வேயில் பெரும்பாலான இந்தியர்கள் ஒவ்வாமையை வெளிப்படுத்துகிறார்கள் என்றால் அதற்குக் காரணம் இங்கு நீண்டகாலமாக வாழ்விடம் முதல் இடுகாடு வரை பிரிந்து கிடப்பதுதான். இந்தப் பிரிவினையை இயல்பானதாக உள்வாங்கித் தகவமைந்துள்ள மனோபாவம் நம் ஒவ்வொருவரது செயலிலும் பிரதிபலிக்காத ஒரு செயலும் இங்கு இல்லை. பிரக்ஞைபூர்வமாக இருக்கும் சில நேரங்களில் சாதியும் அதன் தொகுப்பான இந்துமதமும் பயிற்றுவித்தவற்றைத் தவிர்க்கிறாமேயன்றித் தன்னுணர்வான அனிச்சைநிலையில் நம்மில் பலரும் சாதியாக / மதமாகப் - பிறருடன் ஒட்டுறவில்லாதவர்களாகவே இருக்கிறோம். அதனாலேயே தலித்துகள், பழங்குடிகள், பெண்கள், பிற மதத்தவர், இனத்தவர் மீதான வன்முறைகளில் ஈடுபடுகிறவர்களாகவும், அவற்றை ஆதரிப்பவர்களாகவும் இயல்பாகவே இருக்கிறோம்.

சகோதரத்துவம்?

தோழமைத்தன்மையை விளக்கும் உணர்வே சகோதரத்துவம். இது மற்றவருக்கு நல்லவற்றைச் செய்யத் தூண்டுவதாகும் என்று கூறும் அம்பேத்கர் பிறிதோர் இடத்தில் சகோதரத்துவம் வளர நலம் வாய்ந்த சமூக மண்ணும் சிந்தனை நீரூற்றும் தேவை என்கிறார். மகிழ்ச்சி, அவலம், பிறப்பு, இறப்பு, உணவு என வாழ்வின் உயிர்த்துடிப்பான இயக்கம் அனைத்தையும் அனைவரும் பகிர்ந்துகொள்ளும் ஒத்துணர்வுதான் அனைவரையும் சகோதரர்களாக உணரவைக்கும். ஆனால், அப்படியான பகிர்தலை இந்துமத / சாதிய துர்போதனைகளால் கட்டமைக்கப்பட்ட மனம் ஒப்புவதில்லை என்கிற அம்பேத்கரின் துயரம் இந்த நாட்டின் மீது இருளெனக் கவிந்திருக்கிறது.

கௌரி லங்கேஷ், கல்புர்கி, கோவிந்த பன்சாரே இவர்களின் தியாகம் எப்போது அர்த்தப்படும்?

சங் பரிவாரத்தினர் வீழ்த்தப்படுவதற்கும் இவர்களைக் கொன்றவர்கள் சட்டத்தின் முன்னே நிறுத்தப்பட்டுத் தண்டிக்கப் படுவதற்கும் இவர்களைப் போன்ற சுதந்திரச் சிந்தனையாளர்கள் இனியும் கொல்லப்படாமல் தடுப்பதற்கும் தேர்தலும் ஆட்சி மாற்றமும் மட்டுமே வழி என்பதில் எனக்கு உடன்பாடில்லை. அரசியல் சாசனம் வகுத்தளித்துள்ள உரிமை என்பதற்கும் மேலாக மனிதகுலத்தின் இயல்புரிமை என்கிற அர்த்தத்தில் கருத்து வெளிப்பாட்டுச் சுதந்திரத்தை மதிக்கும், மற்றமையை உற்றமையாய்க் கருதும், தனிமனிதர்களுக்கிடையே மத

நல்லிணக்கமும் அரசின் செயல்பாடுகளில் மதச்சார்பின்மையும் பேணும் பண்பேறிய ஒரு குடிமைச் சமூகத்தை உருவாக்குவதுதான் அதனிலும் சிறந்த வழியென நம்புகிறேன். அதற்காக நடக்கும் எந்தவொரு போராட்டத்திலும் இவர்களது தியாகம் கண்ணொளியாகச் சுடர்ந்து நம்மை முன்னடத்தும்.

அணையா வெண்மணி, ஏப் 2019

தமிழகத்தில் சாதியத்தின் தாக்கம்

தமிழகத்தின் சாதியப் படிநிலை குறித்து...

வரிசையாக எழுதிவைத்து நாளொன்றுக்கு 12 மணிநேரம் என்று 355 நாட்கள் வாசித்தால்தான் இந்தியாவிலுள்ள சாதிப் பெயர்களையும் உட்சாதிப் பெயர்களையும் வாசித்து முடிக்க முடியும் என்றொரு புள்ளிவிவரத்தைத் தருகிறார் நிதி ஆயோக் துணைத் தலைவர் அர்விந்த பனகாரியா. அந்த அளவுக்கு 46,73,034 சாதிகளாகவும் உட்சாதிகளாகவும் பிரிந்திருக்கிறது இந்தியச் சமூகம். இதற்கு இசைவான விகிதத்தில்தான் தமிழகமும் பிரிந்துள்ளது. இங்கு பட்டியல் சாதிகள் - 76, பட்டியல் பழங்குடியினர் -36, பிற்படுத்தப்பட்ட சாதிகள் -136, (இஸ்லாமியரில்) பிற்படுத்தப்பட்ட பிரிவுகள் - 7, மிகவும் பிற்பட்ட சாதிகள் -41, சீர்மரபினர் -68, முற்பட்ட சாதிகள் - 79 என 443 சாதிகள் உள்ளன. இவை ஒவ்வொன்றும் பல உட்சாதிகளாக மேலும் பிரிந்துள்ளன. இவற்றில் எந்தவொரு சாதியோ உட்சாதியோ இன்னொன்றைத் தனக்குச் சமதையாகக் கருதுவதில்லை. இவை தத்தமது சாதிக்கெனத் தனித்துவமும் பெருமையும் இருப்பதாக நம்புகின்றன. அதற்கேற்ற தோற்ற வரலாற்றுக் கதைகளையும் தொன்மங்களையும் புனைந்துகொண்டுள்ளன.

சாதியத்தின் பொதுவான கூறுகளாகிய மேல் x கீழ், தீட்டு x புனிதம், ஒதுக்குவது x ஒதுங்குவது, எந்தவொரு சூழலிலும் மாற்றிக்கொள்ள முடியாதபடி மூடுண்ட இறுக்கம் உள்ளிட்டவை தமிழகத்திலும் கடுமையாக நிலவுகிறது. சாதியமைப்பின் உச்சத்தில் இருத்திக்கொண்டுள்ள - அதனாலேயே சமூக, அரசியல், பொருளியல், பண்பாட்டுத்தளங்களில் நீடிக்கும் பார்ப்பனர்களின் மேலாதிக்கம் இன்னமும் இங்கு பெருமளவில் மாற்றமின்றி நீடிக்கிறது. சமூக நீதிக்கான போராட்டங்களின் தாக்கத்தினால் கல்வி மற்றும் வேலை வாய்ப்பில் பார்ப்பனர்களின் ஏகபோகம் தடுக்கப்பட்டிருந்தாலும் அவர்கள்தான் உயர்வானவர்கள் என்கிற சமூக உளவியலை மாற்றியமைக்க முடியாத பலவீனம் நீடிக்கிறது.

சாதிப்படிநிலையை ஏற்றுக்கொண்டு அதில் பார்ப்பனர்களுக்கு அடுத்துள்ள நிலைக்கு உரிமை கோருவதிலும் அதை நோக்கி

நகர்வதிலும் இங்கு ஒவ்வொரு சாதியுமே தன்னை முழுமையாக ஈடுபடுத்திக்கொண்டுள்ளது. அதன்பொருட்டுப் படிநிலையில் தனக்கு மேலுள்ள சாதியிடம் விசுவாசத்தையும் கீழே அடுத்துள்ள சாதியிடம் வெறுப்பையும் விலகுதலையும் எல்லாச் சாதிகளும் கடைபிடிக்கின்றன. இடையறாத இப்போக்குச் சமீபகாலத்தில் அதிகரித்துவருகிறது.

வேறு பண்பாட்டுப் பின்புலம் உள்ளவர்கள் தமது அண்டையில் குடியிருப்பதை விரும்பாதவர்களுக்கான சர்வதேசக் கணக்கெடுப்பில் ஜோர்டானியர்களுக்கு அடுத்தபடியாக இந்தியர்கள் முன்னிலை வகிப்பதற்கு ஒரு காரணம், இங்கு வாழ்விடம் திட்டவட்டமான சாதியப் பிரிவினையைக் கொண்டிருப்பதுதான். மன்னராட்சிக் காலங்களில் உருவாகி காலனியாட்சிக் காலத்திலும் சுதந்திரத்திற்குப் பின்னும்கூட அக்ரஹாரம், பிரம்மதேயம், சதுர்வேதி மங்கலம் என்கிற தனித்த வாழ்விடங்களைக் கொண்டிருந்த பார்ப்பனர்கள் காலப்போக்கில் அதிகார மையங்களாகிய பெருநகரங்களுக்கும் அயல்நாடுகளுக்கும் பெருமளவில் நகர்ந்துவிட்டனர். அவர்கள் தங்களது புதிய வாழ்விடங்களுக்குள் பார்ப்பனரல்லாதார் குடியமர்வதை நுட்பமான பல வழிகளில் தடுத்து விடுகின்றனர்.

வரலாற்றுக் காரணங்களால் தாங்கள் இழந்துவந்த தனித்த அடையாளங்களை மீட்டுக்கொள்ள உகந்த காலமாகப் பார்ப்பனர்களில் பலரும் பா.ஜ.க. ஆட்சியைக் கருதுகிறார்கள். அதாவது, பௌத்த எழுச்சியால் பார்ப்பனர்கள் இழந்தவற்றை மீட்ட புஷ்யமித்திர சுங்கனின் ஆட்சிக்காலம் மீண்டுவந்தது போன்ற பெருமிதம் அவர்களுக்கிருக்கிறது. எனவே, அவர்கள் அப்பளம், ஊறுகாய் தொடங்கி அக்ரஹாரம், பல்கலைக்கழகம் வரையாக எல்லாவற்றிலும் தமக்கெனத் தனியானவற்றை இப்போது மீட்டுருவாக்கும் செய்வதில் முனைப்புடன் ஈடுபட்டுள்ளனர். கல்வி வளர்ந்தால் சாதி ஒழிந்துவிடும் என்கிற வாதத்தைப் பொய்யாக்கும் விதமாக, தலைமுறை தலைமுறையாகக் கல்வியறிவு பெற்று வருகிற - அதிலும் உயர்கல்வி பெற்றுவருகிற பார்ப்பனர்களில் பலரும் சாதிய உணர்வு மற்றும் பாகுபாட்டின் ஊற்றுக்கண்ணாக விளங்குகிறார்கள்.

பார்ப்பனர்களுக்கு அடுத்த நிலையிலுள்ள சாதியினர் பார்ப்பனர்களைப் பார்த்தொழுகுகிறவர்களாக - போலச் செய்பவர்களாக வாழ்கிறார்கள். இவர்கள் சேர்ந்து வாழும் இடம் ஊர் எனச் சுட்டப்படுகிறது. இந்த ஊர் சாதியடிப்படையிலான தெருக்களாகப் பிரிந்திருக்கிறது. ஒரு சாதி வசிக்கும் தெருவில் இன்னொரு சாதி வசிப்பது விதிவிலக்காக இருக்குமேயன்றி

❖ அலைமிகு கணங்கள் ❖ 134

இயல்பாக நடக்கக்கூடியதல்ல. பெருங்கோயில்கள், கல்விக் கூடங்கள், மத்திய மாநில அரசுகளின் அலுவலகங்கள், பேருந்து / ரயில் நிறுத்தங்கள், வாக்குச்சாவடிகள், வணிக நிறுவனங்கள், தொழிற்சாலைகள், நீர்த்தேக்கத் தொட்டிகள், நீர்நிலைகள் ஆகியவை இந்த ஊர்ப்பகுதியில்தான் இருக்கின்றன.

இந்த இருவகை வாழ்விடங்களுக்கு வெளியே ஒதுக்கப் பட்டிருப்பவை சேரிகள் / காலனிகள் என்கிற பெயரிலான பட்டியல் சாதியினரின் குடியிருப்புகள். இயல்பாகக் குடிமக்களுக்கு அரசிடமிருந்து வந்து சேர வேண்டிய தேவைகள் இங்கு வசிப்பவர்களுக்கு இரண்டாம் பட்சமாகவே வழங்கப்படும். அரசின் வளர்ச்சிப் பணிகளையோ முதலீடுகளையோ இப்பகுதியில் காண்பதரிது. சாதியச் சமூகத்தின் பொதுஉளவியல்தான் அரசின் உளவியலாகவும் இயங்குகிறது. ஆகவே அது பட்டியல் சாதி அல்லாதாரின் அரசாகத் தன்னைத்தானே குணாம்சரீதியாகக் குறுக்கிக்கொள்கிறது.

பட்டியல் சாதிகளில் 76 பிரிவுகள் இருந்தாலும் ஏனைய பிரிவினரைக் காட்டிலும் பள்ளர், பறையர், அருந்ததியர் ஆகிய மூன்று பிரிவினரே பெரும்பான்மையினர். சாதி இந்துக்களைப் பொறுத்தமட்டில் இவர்கள் அனைவருமே தீட்டுக்குரியவர்கள், ஒதுக்கிவைக்கப்பட வேண்டியவர்கள். ஆயினும், சாதியத்தின் செல்வாக்கிற்கு உட்பட்ட இந்தச் சேரிவாழ் மக்கள் தமக்குள் இணைந்து வாழாமல் தனித்தனியே வாழ்கின்றனர்.

சேரிவாழ் மக்களுக்கும் ஊர்வாழ் மக்களுக்கும் இடையே எவ்வித மனிதாய உறவுகளும் கிடையாது. வழிபாட்டுத்தலங்கள், தெய்வங்கள், பூசகர்கள், பண்டிகைகள், கொண்டாட்டங்கள், வாழ்க்கைவட்டச் சடங்குகள், பாதை, இடுகாடு, நீர்நிலைகள் என எதுவும் அவர்களுக்குள் பகிர்ந்துகொள்ளத்தக்கப் பொதுத் தன்மையுடன் இல்லை. விதிவிலக்காகப் பொதுவில் இருக்குமிடங்களில் பொது உரிமை கோரலும் மறுப்பும் மோதலுக்கும் வன்முறைக்கும் வழிவகுப்பதாக ஆக்கப்படுகின்றன.

'மனித வாழ்விற்கு மிக அடிப்படை ஆதாரமான நிலம் இங்கு நீதியாகப் பகிர்ந்தளிக்கப்படவில்லை. இந்தியாவின் மக்கள்தொகையில் *56.4* சதம் குடும்பங்களுக்குச் சொந்தமாக ஒரு துண்டு நிலம்கூட இல்லை. இவர்கள், சொத்து வைத்துக்கொள்ள உரிமையற்றவர்கள் என்று சாதியத்தால் மறுக்கப்பட்ட சாதியினர். மறுபுறத்திலோ மொத்த விளைநிலத்தில் *32%* வெறும் *5%* பேரிடம் இருப்பதாக அரசின் புள்ளிவிவரமே தெரிவிக்கிறது. இந்த 5% பேரும் சாதியடுக்கின் மேலே இருத்திக்கொண்டவர்கள். இவர்களுக்கு மன்னராட்சிக்

காலங்களில் பல்வேறு பெயர்களில் வழங்கப்பட்ட இனாம்கள் மூலமாக இந்நிலக்குவிப்பு நடந்துள்ளது. செட்டில்மென்ட் ஆப் இனாம்ஸ் என்னும் பிரிட்டிஷ் ஆட்சியின் ஆரம்பகால ஆவணம் அக்ரஹாரம், பிரம்மதேயம், சதுர்வேதிமங்கலம், திரிஷ்வாகம், தர்மாசனம், பட்டம், பொறுப்பு, அத்யாயனம், புராணம், பஞ் சாங்கம், தோப்பு, தொரப்பாடி, கர்ணம், மணியகாரர் போன்ற பெயர்களில் வளமான பெரும் நிலப்பரப்புகள் மேலடுக்குச் சாதிகளுக்குக் கொடுக்கப்பட்டதாகத் தெரிவிக்கிறது. இவ்வாறு இனாம் கொடுப்பதற்காக வேளாண் சாதிகளிடமிருந்து நிலம் பறிக்கப்பட்டதோடு, அந்த நிலங்களில் அவர்கள் கூலிகளாக உழைத்துக் கொடுக்கும்படியும் தாழ்த்தப்பட்டனர். இவ்வாறு பிறருக்கு மானியமாகவோ இனாமாகவோ கொடுப்பதற்காக அரசால் நிலம் பறிக்கப்பட்டவர்கள் குடிநீக்கிகள் என்று தமிழகக் கல்வெட்டுகளில் பொறிக்கப்பட்டுள்ளனர்...' (இது தொடர்பான எனது விரிவான கட்டுரையை பி.பி.சி. வலைதளத்தில் வாசிக்கலாம்.)

பட்டியல் சாதியினரைப் பொறுத்தமட்டில், அவர்களுக்கு நிலப் பங்கீடு செய்து தரப்படவில்லை என்பதோடு அவர்களிடமிருந்த பஞ்சமி நிலமும் பறிபோய்விட்டது. அம்பேத்கர் பிறந்த அதே 1891ஆம் ஆண்டில், அயோத்திதாசர் முன்னெடுப்பில் நடந்த திராவிட மகாஜன சபை மாநாடு தரிசு நிலங்களைத் தீண்டப்படாதாருக்கு வழங்க வேண்டும் என்று கோரியது. அதன் தொடர்ச்சியில், 1892இல் DC லேண்ட் என்கிற வகைப்பாட்டின் கீழ் அன்றைய சென்னை மாகாணத்தின் தீண்டப்படாத சாதியினருக்கு 12 இலட்சம் ஏக்கர் நிலத்தை அரசு வழங்கியது. ஆனால், இன்றைக்கு அந்த நிலத்தில் சில ஆயிரம் ஏக்கரே அவர்களது அனுபோகத்தில் உள்ளது. எஞ்சிய நிலம் அவ்வளவும் அரசுத்துறை அதிகாரிகளின் துணையோடு சாதி இந்துக்களால் அபகரிக்கப்பட்டுள்ளது. நகரமயமாக்கம் விரைந்து பரவும் மாநிலமான தமிழகத்தில் 12 இலட்சம் ஏக்கர் நிலம் என்பதன் சொத்துமதிப்பு அதற்குரியவர்களிடம் இல்லை.

ஏற்கெனவே சாதி என்கிற சமூக மூலதனத்தைக் கொண்டிருக்கிற உயர்த்திக்கொண்ட சாதியினர் வேளாண்மை, தொழில், வணிகம் ஆகியவற்றைத் தம் கட்டுப்பாட்டில் வைத்திருந்தனர். உலகமயமாக்கல் காலத்தில் அவர்கள் நிலம், மண், மணல், பாறை, கனிமங்கள், தண்ணீர், மரம் என இயற்கை வளங்களைப் பண்டமாக்கி விற்றுப் பணமாக்கி வருகின்றனர். இவர்களுக்கு இடைநிலைச் சாதிகளில் ஒருபகுதியினர் பங்குதாரிகளாக உருவாகியுள்ளனர். இவ்விரு பகுதியினரது கட்டுப்பாட்டில்தான்

இன்றைய தமிழக அரசு இயந்திரமும் அரசியல் களமும் சிக்கிக் கொண்டிருக்கின்றன.

சமகாலத்தில் தலித்துகள் மீதான வன்கொடுமை...

தமிழக மக்கள் தொகையில் 20.01 சதவீதத்தினர் தலித்துகள். 1.10 சதவீதமான பழங்குடிகளைத் தவிர்த்துவிட்டால் (சில இடங்களில் பழங்குடிகளும் கூட) எஞ்சியவர்கள் உயர்த்திக்கொண்ட சாதியினரும் இடைநிலைச் சாதிகளுமாவர். இவர்கள் இயல்பாகச் சுயசாதிப் பெருமிதம் கொண்டவர்கள். தங்கள் சாதி தனித்துவமானது, பிறசாதியின் கலப்பில்லாத தூய ரத்தம் கொண்டது என்கிற போலி கற்பிதத்தை நம்புகிறவர்கள். இந்தப் பெருமிதம், தனித்துவம், சாதித்தூய்மை ஆகியவற்றுக்குத் தலித்துகளால் ஆபத்து என்கிற அவதூறையும் பீதியையும் கிளப்பி - ஆகவே தலித்துகள் அடக்கப்பட / அழிக்கப்பட வேண்டியவர்கள் என்கிற நஞ்சைப் பரப்புகிறார்கள். சாதி உணர்வைச் சாதி வெறியாக மாற்றுவதால் தத்தமது சாதியில் ஏற்படும் அணிதிரட்சியைத் தனிப்பட்ட ஆதாயங்களுக்கான மூலதனமாக அரசியல் களத்தில் பயன்படுத்துகிற மலிவான உத்தியை அந்தந்த வட்டார அளவிலான ஆதிக்கச்சாதியினர் சிலர் தொடர்ந்து முயற்சித்துவருகிறார்கள்.

இந்தச் சாதிகள் தமக்கு இணையாக சமத்துவமாக இன்னொரு சாதியைக் கருதாதபோதும் தலித் வெறுப்பு - தீண்டாமை - வன்கொடுமை என்கிற புள்ளிகளில் ஒன்றிணைகிறார்கள். அவ்வகையில் ஒவ்வொரு 15 நிமிடங்களுக்கும் ஒரு சாதிய வன்கொடுமை என்கிற அகில இந்திய சராசரியுடன் பொருந்தும் விதமாகவே தமிழகத்திலும் சாதிய வன்கொடுமைகளை நிகழ்த்துகிறார்கள். இன்னமும் தேநீர்க் கடைகளில் இரட்டைக் குவளை, சலவைக்கடைகளிலும் சவரக்கடைகளிலும் அனுமதி மறுப்பு, இடுகாடு / இடுகாட்டுக்கான பாதை மறுப்பு, வழிபாட்டுரிமை மறுப்பு, கல்வி வளாகங்களில் பாரபட்சம், பொது இடங்களில் புழங்கத்தடை, பள்ளிகளில் தலித் பெண் ஊழியர்கள் மதிய உணவு சமைப்பதற்கு எதிர்ப்பு, வாயிலே சிறுநீர் கழிப்பது / மலத்தைத் திணிப்பது, தலித் குடியிருப்புகளைக் கொள்ளையடிப்பது / அழித்தொழிப்பது, தலித் பெண்கள் மீது பாலியல் அத்துமீறல்களை நிகழ்த்துவது என மனிதத்தன்மையற்ற வடிவங்களில் வன்கொடுமை தமிழகத்தில் நிலவுகிறது. இத்தகைய வன்கொடுமைகளை நிகழ்த்துவதற்குத் தங்குதடையற்ற சுதந்திரம் தேவை என்பதற்காக - வன்கொடுமைத் தடுப்புச் சட்டம் தவறாகப் பயன்படுத்தப்படுவதாக பழிபோட்டு அச்சட்டம் ரத்து செய்யப்பட வேண்டுமெனக் கோருகிறார்கள்.

வன்னிய மக்களின் ஜனநாயக உரிமைகளுக்கான போராட்டத்தில் நம்பிக்கை தரும் தலைமையாக உருவெடுப்பதற்கான வாய்ப்புகளையும் தேவையையும் தனது குடும்பத்தின் சுயநலத்திற்காகப் பலிகொடுத்து அந்நியப்பட்டுப் போனவர் ராமதாஸ். கடைசியில் அவர் தலித் வெறுப்பை முன்வைத்து வன்னியர் ஆதரவை மீட்டுக்கொள்ளும் இழிநிலைக்குத் தாழ்ந்தார். வெவ்வேறு அமைப்புகளின் பெயர்களில் தலித்தல்லாதாரை அணிதிரட்டித் தனது அரசியல் வீழ்ச்சியைத் தடுத்துக்கொள்ள வெறிகொண்டு அலைந்தார். அதன் விளைவாகவே அவரது கட்சியினர் பொன்பரப்பியில் வன்கொடுமை செய்தார்கள். இளவரசனது பிணத்தின் மீது நின்று நாடாளுமன்ற உறுப்பினரான அவரது மகனை இந்தத் தேர்தலில் தருமபுரி மக்கள் தோற்கடித்திருக்கிறார்கள். என்றாலும், ஆக்கப்பூர்வமான பணிகளில் ஈடுபடவேண்டிய வன்னிய இளைஞர்கள் பலர் அவரது பிடியில் சிக்கிச் சாதிவெறியேறி வன்கொடுமை குற்றவாளிகளாகிக்கொண்டிருக்கிறார்கள் என்பது கவலையளிக்கும் உண்மை. இதே நிலைதான் மேற்கேயும் தெற்கேயும் உள்ள ஆதிக்கச் சாதியினர் நிலையும். தலித்துகளும் சாதியமறுப்பாளர்களும் இவர்களது வன்கொடுமைகளை எதிர்த்துக்கொண்டே இவர்களைச் சாதிய மனநோயிலிருந்து விடுவிக்கும் பொறுப்பையும் ஏற்கவேண்டியுள்ளது.

தீண்டாமை ஒழிப்பு முன்னணியின் செயற்பாடுகள்...

சாதிய வன்கொடுமைகளைத் தூண்டிவிடுகிறவர்களில் - நிகழ்த்துகிறவர்களில் பெரும்பாலானவர்கள் அரசியல் செல்வாக்கு உள்ளவர்களாகவும் இருக்கிறார்கள். அதாவது, தனது சாதியைக் குறிப்பிடத்தக்க வாக்குவங்கியாகத் திரட்டி வைத்துக்கொண்டு தேர்தல் அரசியலில் முனைப்புடன் உள்ள கட்சிகளின் பொறுப்புகளில் இருக்கிறார்கள். எனவே, அவர்கள் வன்கொடுமைகளுக்கு எதிரான போராட்டங்களில் பங்கெடுக்காதது மட்டுமல்ல, தமது கட்சியின் தலைமையைக்கூட இவ்விசயத்தில் கண்டுங்காணாமல் இருக்கும்படியாக விலக்கிவைக்கின்றனர். தலித்துகளுக்கு ஆதரவாகக் குரலெழுப்புவதன் மூலம் ஆதிக்கச் சாதியினரின் வெறுப்பைச் சம்பாதித்து அவர்களது வாக்குகளை இழக்க நேரிடுமோ என்கிற அச்சத்தில் கட்சித்தலைமைகளும்கூட விலகியிருக்கவே விரும்புகின்றன. எல்லாருக்கும் பொதுவான கட்சி என்று பசப்பலாகச் சொல்லிக்கொண்டு ஆதிக்கச்சாதியினரின் அட்டூழியங்களைச் சகித்துக்கொள்கிற அல்லது நியாயப்படுத்துகிற தலித் விரோத நிலைப்பாடுதான் பெரும்பாலான கட்சிகளுடையது. புற அழுத்தம் காரணமாக அதிகபட்ச நடவடிக்கையாக ஒரு கண்டன அறிக்கை வெளியானால் அதுவே பெரிய விசயம்தான்.

அதையும்கூட ஆளும் அதிமுகவிடமோ பாஜகவிடமோ எதிர்பார்க்க முடியாது.

சாதியத்தை ஓர் ஒடுக்குமுறை வடிவமென உணர்ந்து அதற்கெதிரான போராட்டங்களைத் தமது அன்றாட நிகழ்ச்சி நிரல்களின் பிரிக்கவியலாத பகுதியாகக் கொண்டிருக்கும் ஒரு கட்சியையும் இனங்காண முடியவில்லை. அதேவைளையில் வன்கொடுமை ஏதும் நிகழ்ந்துவிட்டால் இங்குள்ள அம்பேத்கரிய, பெரியாரிய, மார்க்சீய கட்சிகள் / இயக்கங்கள்தாம் எல்லாருக்கும் பொது என்று நழுவாமல் சார்புநிலை எடுத்து ஒடுக்கப்பட்டவர்கள் பக்கம் நிற்கின்றன. இதனால் ஆதிக்கச்சாதியினரின் வெறுப்புக்கு ஆளாக நேரிடும் என்று தெரிந்தேதான் இந்த நிலைப்பாட்டை மேற்கொள்கின்றன. பிற கட்சிகள், அமைப்புகளுக்குக் கிடைப்பது போல செயல் மூலதனமோ நிதியுதவியோ அரசு இயந்திரத்தின் அனுசரணையோ கிட்டாத / வேண்டாதபோதும் தமது சொந்த சக்திக்குட்பட்டு இந்த அமைப்புகள் மேற்கொள்ளும் பணிகள்தாம் பெயரளவுக்கேனும் சாதியம் பற்றிப் பிற அமைப்புகள் பேசியாக வேண்டிய அழுத்தத்தை உருவாக்குகின்றன. ஆனால், இந்த இயக்கங்களின் உள்ளடக்கமும் செயல் எல்லையும் மிகவும் மட்டுப்படுத்தப்பட்டவை.

அரசியல் தெளிவுள்ள தலித்தல்லாத சிலர் விடுதலைச் சிறுத்தைகள் கட்சியில் இருக்கிறார்கள் என்பதைத் தவிர்த்துவிட்டுப் பார்த்தால் பெரும்பாலான அம்பேத்கரிய இயக்கங்களுக்குள் திரண்டிருப்பவர்கள் தலித்துகள் மட்டுமே. இன்னும் நுணுகிச் சொல்வதெனில் இந்த அமைப்புகள் தலித்துகளில் ஏதேனுமோர் உட்சாதிப் பிரிவுக்கானதாகச் சிதறுண்டு உட்பிரிவுகளைக் கடந்த ஒரு தலித் இயக்கமாகக்கூட உருவெடுக்க முடியாத நிலையில் கிடக்கின்றன. பரந்த தலித் ஒற்றுமையை ஒரே கட்சியின் கீழ் திரட்ட முடியாத நிலையில் (இது அம்பேத்கர் காலத்திலேயே சாத்தியப்படவில்லை), கட்சிகளுக்குள்ளாவது ஒரு குறைந்தபட்ச செயல் ஒற்றுமையை உருவாக்க முடிந்திருக்கிறதா என்றால் அதுவும் இல்லை. அமைப்புரீதியான இந்தப் பிரச்சினையைக் கடந்து, சாதிகளுக்குள் சமத்துவம் சாத்தியமில்லை, சாதிகடந்தே சமத்துவம் சாத்தியம் என்கிற தங்களது அரசியல் நியாயத்தை இந்த அமைப்புகளால் தலித்தல்லாத பகுதியினரிடம் பேசமுடியாத நிலை நீடிக்கிறது. அனைத்து மக்களுக்குமான பிரச்னைகளுக்காக இவ்வியக்கங்கள் போராடினாலும் கூட இவற்றைத் தலித் அடையாளத்திற்குள்ளேயே குறுக்கி முடக்கிவிடுவதற்குச் சாதி இந்துக்கள் செய்யும் கபடத்தை எதிர்த்தும் போராடியாக வேண்டியுள்ளது.

அடையாளப்பூர்வமாகச் சில பிரச்சார நடவடிக்கைகளை எப்போதாவது நடத்திவிட்டுச் சுருக்கம் கொள்பவை, சாதி ஒடுக்குமுறை - பண்பாட்டு ஆதிக்கம் - மூட நம்பிக்கை ஆகியவற்றுக்கு எதிராகவும் பகுத்தறிவையும் சமத்துவத்தையும் சமூக நீதியையும் பரப்பவும் கருத்தியல் தளத்திலும் களத்திலும் தீவிரமாகச் செயல்படுபவை எனப் பெரியாரிய அமைப்புகளைப் பகுத்தறியலாம்.

மார்க்சீய அமைப்புகளைப் பொறுத்தவரை சாதியின் தோற்றம், இருப்பு, அழிப்பு பற்றி ஒருமித்தக் கருத்து இல்லையாயினும் அது ஓர் ஒடுக்குமுறை வடிவம் என்கிற புரிதல் உள்ளது. ஆகவே, ஒடுக்கப்பட்டவர்கள் பக்கம் நிற்க வேண்டும் என்கிற நியாய உணர்விலிருந்து தலித்துகளுக்கு ஆதரவான நிலையை எடுக்கிறார்கள். அப்படியான பணிகளை மேற்கொள்வதற்கென்றே சிபிஐஎம் உருவாக்கிய அமைப்புதான் தீண்டாமை ஒழிப்பு முன்னணி. இதேபோன்ற அமைப்புகளை சிபிஐ, மா.லெ.கட்சிகளும் கூட தொடங்கியுள்ளன. தீண்டாமைக் கொடுமைகளுக்கு எதிரான வேலைகளை இம்மாதிரியான அமைப்புகளுக்கு ஒதுக்கிக் கொடுத்துவிட்டுக் கட்சிகளும் அவற்றின் வர்க்க அமைப்புகளும் 'மாரிக்கால அரண்மனையைக் கைப்பற்றும் போராட்டத்தை' மட்டுமே நடத்தப் போகின்றனவா என்ற விமர்சனம் ஒருபுறமிருக்க இந்த அமைப்புகளின் தேவை களத்திலே உணரப்படுகிறது.

தீண்டாமை ஒழிப்பு முன்னணி தொடங்கப்பட்டதிலிருந்து சாதிய வன்கொடுமைகள், சாதி ஆணவப் படுகொலைகள், அரசியந்திரத்தின் அத்துமீறல்கள், சமூகநீதி மறுப்பு ஆகியவற்றை எதிர்த்த களப்போராட்டங்களில் சமரசமற்று ஈடுபட்டுவருகிறது. சமூகரீதியாகவும் சட்டரீதியாகவும் தலித்துகளுக்குப் பாதுகாப்பு, அம்பேத்கர் கல்வி மற்றும் வேலைவாய்ப்பு மையத்தின் மூலமான பயிற்சி வகுப்புகள், பஞ்சமிநில மீட்பு நடவடிக்கைகள் என அதன் செயற்களம் விரிவடைகிறது. வரும் ஆகஸ்டில் மாநில மாநாட்டை நோக்கிச் செல்லவிருக்கும் நிலையில் சாதியம் பற்றிய ஓர் உரையாடலைத் தமிழ்ச் சமூகத்திற்குள் நிகழ்த்திப் பார்க்கும் முயற்சியை அது மேற்கொண்டுள்ளது. மேடை நிகழ்ச்சிகளாக அல்லாமல் நேருக்கு நேர் ஒருவரோடு ஒருவர் அருகிருந்து உரையாடுவதன் மூலம் தனிநபர்களின் சாதியக் கண்ணோட்டத்தில் குறுக்கீடு செய்யும் முயற்சி இது.

தோழர் அசோக் கொல்லப்படுவதற்கு இட்டுசென்ற சூழல் குறித்து...

சாதிய வன்கொடுமை என்கிற விசயத்தில் தமிழ்நாட்டின் எந்தவொரு பகுதியைவிடவும் தென் தமிழ்நாடு சளைத்தல்ல.

தென்மாவட்டக் கலவரங்கள் என்று தனியாகக் குறிக்கப்படும் அளவுக்குக் கொடூரமான கொலைகளும் தாக்குதல்களும் நடந்துவந்த பகுதிதான் அது. முதல் தாக்குதல் தொடுத்துவந்த முக்குலத்தோர் மீது தலித்துகள் தொடுத்த பதில் தாக்குதல் வன்முறையை ஒரு சமநிலைக்குக் கொண்டுவந்து நிறுத்தியது. மாஞ்சோலை தோட்டத்தொழிலாளர் மீதான துப்பாக்கிச் சூடு, இம்மானுவேல் சேகரன் குருபூஜைக்கு வந்த தலித்துகள் மீது பரமக்குடியில் துப்பாக்கிச் சூடு என அரசும் தன் பங்கிற்குத் சாதியச் சார்புநிலையை வெளிப்படுத்தியுள்ளது.

முன்பளவுக்கு இல்லை என்பதுபோல தோற்றம் காட்டிக் கொண்டே சாதியவாதிகள் தங்களது வெறியாட்டங்களைத்த தொடரவே செய்கின்றனர் என்பதற்குக் கச்சநத்தம் படுகொலைகள் பதற வைக்கும் சாட்சியமாகும். இதே காலத்தில் சாதி ஆணவப்படுகொலைகள் பல இப்பகுதியில் நடந்துவந்துள்ளன. தற்கொலை அல்லது தனிப்பட்ட காரணங்கள் என்று காவல் துறையின் துணையுடன் மூடிமறைக்கப்பட்ட அக்கொலைகளை வெளிக்கொண்டு வருவதிலும் நீதிக்காகவும் தீண்டாமை ஒழிப்பு முன்னணி போன்ற அமைப்புகள் முன்னணியில் நின்றன.

அன்றாடம் தீண்டாமைக்கும் வன்கொடுமைகளுக்கு ஆளாகிவரும் பள்ளர் சமூக மக்கள் அவற்றுக்கெதிரான போராட்டக்குணத்தைக் காத்திரமாக வெளிப்படுத்தக் கூடியவர்கள். இவர்களை மழுங்கடிக்கும் விதமான நாசகார வேலை இப்பகுதியில் தொடர்ந்து நடைபெற்று வந்திருக்கிறது. ‘வேளாண் குடிகளாகிய நாம் தலித்துகளே அல்ல. நம்மைப் பட்டியல் சாதியென வகைப்படுத்தியிருப்பதால்தான் தீண்டாமைக் கொடுமைகளுக்கு ஆளாகிவருகிறோம். ஆகவே, ‘தேவேந்திர குல வேளாளர்’ என்கிற பெயர் மாற்றமும் பட்டியல் வெளியேற்றமும்தான் தீர்வு. அதற்காக இட ஒதுக்கீடே இல்லை என்றாலும் பரவாயில்லை’ என்கிற மோசடியான பிரச்சாரத்தை மருத்துவர் கிருஷ்ணசாமி உள்ளிட்ட சிலர் செய்துவந்தனர். இந்தப் பிரச்சாரத்திற்குப் பின்னால் சங் பரிவாரம் இருக்கிறது என்கிற குற்றச்சாட்டை மெய்ப்பிக்கும் விதமாக இவர்களது அரசியல் நிலைப்பாடுகளும் தேர்தல் கூட்டும் அமைந்தன.

பட்டியல் வெளியேற்றக் கோரிக்கையின் பேரில் பள்ளர் சமூகத்தில் கவலை தரத்தக்கப் பெரும் குழப்பமும் பிளவும் ஏற்பட்டுள்ளன. புதிய தமிழகம் கட்சியைத் தவிர வேறெந்த அமைப்பில் இருப்பவர்களும், பட்டியல் சாதியாகத் தொடர வேண்டும் என்கிற நிலைப்பாட்டை மேற்கொண்டுள்ளவர்களும் கடுமையான அவதூறுகளுக்கும் அச்சுறுத்தல்களும் ஆளாகும்

நிலையை கிருஷ்ணசாமியின் ஆதரவாளர்களும் அவர்களது புதிய கூட்டாளிகளும் உருவாக்கியுள்ளனர். இத்தகைய சூழலாலும்கூட ஊக்கம் பெற்றுதான் ஆதிக்கச்சாதியினர் தோழர் அசோக்கை கொன்றிருக்கிறார்கள் என்றால் அது மிகையல்ல. அசோக் இந்திய ஜனநாயக வாலிபர் சங்கம் மற்றும் மார்க்சிஸ்ட் கட்சியின் ஊழியராக இருந்ததால் அவர் கொலையுண்டது இந்த அளவிற்கு வெளியே வந்து குற்றவாளிகள் கைதுசெய்யப்படும் நிலை உருவானது. இல்லையானால் அது தனிப்பட்ட மோதலாக வழக்கம்போல் முடித்து வைக்கப்பட்டிருக்கும்.

இந்திய ஜனநாயக வாலிபர் சங்கம் - மார்க்சிஸ்ட் கட்சியின் ஊழியராக இருந்ததற்காக அசோக் கொல்லப்பட வேண்டியவர்தான் என்றும் பள்ளர்கள் பட்டியல் சாதியாகவே நீடிக்க வேண்டும் என்று கோரும் இவர்களெல்லாரும் கொல்லப்பட வேண்டியவர்களே என்று சமூகச் செயற்பாட்டாளர்களின் பெயர்ப் பட்டியலைப் பரப்பும் அளவுக்கும் 'பட்டியல் வெளியேற்றத்தினர்' காட்டிக் கொடுக்கும் துரோகிகளாகியுள்ளனர். துப்பாக்கிச் சூட்டில் 17 பேர் கொல்லப்பட்ட அன்று மாலையும் கூட எதுவும் நடவாவதுபோல இயல்பாக அல்வா தின்று கொண்டிருந்த திருநெல்வேலிக்காரர்களின் மனசாட்சியை அசோக்கின் கொலை உலுக்கிவிடப் போவதில்லை. ஆனால் அதை என்றாவதொரு நாள் உலுக்கிவிட முடியும் என்கிற நம்பிக்கையுடன் பொறுமையாகவும் போர்க்குணத்துடனும் பணியாற்றும் எந்தவோர் அசோக்கையும் இழந்துவிடாமல் காக்கும் பொறுப்பு இடதுசாரி இயக்கங்களுக்குண்டு.

தேசாபிமானி மலையாள வார இதழ் (2019, ஜூன் 30)

விதைகளை ஊன்றிவைத்தால் சூழல் தேவையானதை வளர்த்துக்கொள்ளும்

தற்போதைய இலக்கியச் சூழலில் தமிழ்நாடு முற்போக்கு எழுத்தாளர் கலைஞர்கள் சங்கத்தின் 15ஆவது மாநில மாநாடு நடைபெறுவதன் முக்கியத்துவத்தைச் சொல்லுங்கள்?

1975 ஜூலை 12, 13 தேதிகளில் தமுஎகச முதல் மாநில மாநாடு மதுரையில் நடந்தபோது அவசரநிலை அமலிலிருந்தது. 15ஆவது மாநாடு நடைபெறவிருக்கும் இவ்வேளையில் நாட்டில் அறிவிக்கப்படாத அவசரநிலை அமலிலிருக்கிறது. அறிவிக்கப் படாததாய் இருப்பதாலேயே இப்போதைய அவசரநிலையை விலக்கிக்கொள்ள வேண்டிய நெருக்கடி ஆட்சியாளர்களுக்கு இல்லை.

முன்னெப்போதும் இல்லாதளவுக்குத் தனிமனித வாழ்வில் அரசின் நேரடித் தலையீடும் கண்காணிப்பும் அதிகரித்துள்ளது. அரசியல் சாசனத்தின் வழியே குடிமக்கள் தமக்கு உறுதி செய்துகொண்ட உரிமைகள் பலவற்றையும் அரசிடம் இழக்கும் காலமாகவும் இது இருக்கிறது. தன் உடல்மீதுகூட அவர்கள் முழு உரிமை கோரமுடியாது. அரசு குடிமக்களைக் குற்றவாளிகளாகப் பார்ப்பதும், அவர்களது இயல்புரிமைகளை மறுப்பதும், எதிர்த்தால் வன்முறைகளை ஏவுவதுமாக மக்களைப் பீதிக்குள்ளாக்கி வருகிறது. உணவு, உடை, வசிப்பிடம், கல்வி, கலைஇலக்கிய நாட்டம், வழிபாடு, கொண்டாட்டங்கள் என அனைத்திலும் ஆட்சியாளர்களின் விருப்பம் எதுவோ அதுவே குடிமக்களின் தேர்வாகவும் இருக்க வேண்டுமென்கிற நிர்ப்பந்தம் வலுக்கிறது. எவரிடமிருந்து ஆளும் அதிகாரத்தை இவ்வரசு பெற்றிருக்கிறதோ அவர்கள் மீதே தன் குரூரபலம் முழுவதையும் பிரயோகிக்கும் இக்கொடுங்காலத்தில் சுயசிந்தனையும் சுதந்திரமான வெளிப்பாட்டுணர்வும் அச்சமற்ற வாழ்வுக்கான பேரவாவும் கூருணர்வுமுள்ள எழுத்தாளர்களும் கலைஞர்களும் செய்ய வேண்டியது என்ன என்பதுமே மாநாட்டின் முதன்மை விவாதம். கடந்த மாநாட்டிற்குப் பிறகான இக்காலகட்டத்தில் கலைஇலக்கியப் பண்பாட்டுத் தளத்தில் நிகழ்ந்திருக்கும்

மாற்றங்கள், அவற்றில் தமுஎகசவின் பங்களிப்பு, நிலைப்பாடு ஆகியவை பற்றிய மதிப்பீட்டையும் மாநாடு மேற்கொள்ளும்.

புதுவிசை காலாண்டிதழ் ஒரு கலாச்சார இலக்கிய இயக்கமாகவே உணரப்பட்டது. அதைத் தொடங்கி நடத்திய அனுபவங்களைச் சொல்லுங்கள். உங்களது நோக்கம் எந்தளவிற்கு நிறைவேறியது?

நிலைநிறுத்தப்பட்டுள்ள ஆதிக்கக் கருத்துகளைக் கேள்விக்குள்ளாக்குவது, சமகாலக் கருத்துலகில் தலையிடுவது, கலை இலக்கிய ஆக்கங்களின் புதிய போக்குகளுக்கு இடமளிப்பது, பண்பாட்டுத் தளத்தில் உலகளாவிய அளவில் நடக்கும் உரையாடல்களை நமது சூழலிலும் நிகழ்த்துவது என்கிற நோக்கில் நூறுநூறு பத்திரிகைகள் தேவை. அதிலொரு பகுதியைப் புதுவிசை நிறைவேற்றியுள்ளது.

பெரும்பாலும் ஒசூர் நண்பர்களின் நிதிநல்கையில் மட்டுமே 48 இதழ்களைக் கொண்டுவர முடிந்ததை இப்போது நினைத்தால் மலைப்பாக இருக்கிறது. எங்களது குழுவினரின் உழைப்பு அதற்குரிய விளைவுகளை உருவாக்கியுள்ளது. ஆனால் திருப்தியடைய ஒன்றுமில்லை. ஏற்கெனவே இரண்டு லட்சம் ரூபாய் அளவுக்கு இழப்பிருந்தாலும், இன்னொரு சுற்று வந்து பார்க்கலாம் என்கிற துடிப்பு மங்கவில்லை, பார்ப்போம்.

புறப்பாடு, பூஜ்யத்திலிருந்து துவங்கும் ஆட்டம், தந்துகி, மிச்சமிருக்கும் ஒன்பது விரல்கள் உட்பட உங்கள் கவிதைத் தொகுதிகள் பெரும் தாக்கத்தை ஏற்படுத்தியவை. தற்காலக் கவிதை உலகம் எப்படி இருக்கிறது?

அதிகாரத்தின் கண்காணிப்பு தீவிரமாகியிருக்கும் நிலையில் அதிகாரத்தைப் பற்றிய உண்மைகளைப் பேசும் கவிதை முன்னிலும் பூடகமாகவும் யூகிக்க முடியாத வலிமையுடனும் தமது இலக்கைத் தாக்கி வாசகர்களைச் செயலுக்குத் தூண்டுகிறது. அதேநேரத்தில் அதிகாரத்தை விமர்சிப்பதால் ஏற்படவிருக்கும் விளவுகளுக்கு அஞ்சும் கவிதை, அச்சமற்று இருப்பதுபோலக் காட்டிக்கொள்வதற்காகப் பெருங்குரலெடுத்துத் தொந்தரவில்லாத பாடுபொருள்களை முன்வைத்து இதுதான் இக்காலத்தின் கவிதை என்பதுபோல பாவனை செய்வதுடன், வாசகர்களையும் தனது மட்டத்திற்குக் கீழிழுத்துப் போடுகிறது. முகத்தை உக்கிரமாக வைத்துக்கொண்டு கைகளை அங்கீகாரப்பிச்சைக்கு விரிக்கும் இத்தகைய கவிஞர்கள் மலிந்து கிடந்தாலும் பிரசுரம், பரிசு, விருது, இலக்கியப் பயணங்கள் என எதையும் எதிர்பாராமல் வாழ்வின் பாடுகளைச் சொல்லும் கவிதைகளின் தொடர் வருகை தமிழ்க்கவிதைக்கு மேலும் காத்திரமேற்றுகிறது.

இருப்பிடம் வரைதல் போட்டியில்
முதலில் முடித்தது நான்தான்
வரைவதற்கு என்னிடம் இருந்தது
ஒற்றைச் செங்கற்சுவர் மட்டுமே

என்று ஓர் ஈழ ஏதிலி தன் வாழ்வை எழுதுவதற்கெல்லாம் இப்போது இங்கே வாய்க்கிறது.

'லிபரல்பாளையத்துக் கதைகள்', 'கடுங்காலத்தின் கதைகள்', 'நீங்கள் சுங்கச்சாவடியில் நின்றுகொண்டிருக்கிறீர்கள்', 'கதையின் தலைப்பு கடைசியில் இருக்கக்கூடும்' என்று தொடர்ந்து கதையுலகில் புதிய புதிய கலகவெளிகளை உருவாக்கிய கதைக்காரன் ஆதவன் தீட்சண்யாவின் புதிய முயற்சிகள்?

சமூக அமைப்பின் மீதும் அதை வழிநடத்தும் அதிகாரத்துவத்தின் மீதும் யாதொரு புகாருமற்று, எல்லா ஒழுங்கீனங்களுக்கும் குற்றங்களுக்கும் பாகுபாடுகளுக்கும் வன்முறைகளுக்கும் தனிமனிதர்களைப் பொறுப்பாக்கி நெக்குருக எழுதுவதும் அதைக் கண்ணீர் மல்கக் கதைப்பதும் இங்கொரு வணிகமாகப் போய்விட்டது. முப்பதாண்டுகால உலகமயமாக்கமும் எட்டாண்டு கால இந்துத்துவாக்கமும் சமூக அமைப்பிலும் வாழ்முறையிலும் ஏற்படுத்தியிருக்கும் மாற்றங்கள், ஆளுமைச் சிதைவுகள், அறவீழ்ச்சிகள், நுகர்வியம், வாழ்க்கைத் தரத்தில் அரிமானம், சூழலழிப்பு என்று நம்முடைய சமகாலத்தைத் துள்ளத்துடிக்க எழுதுவதே எனது நேர்வாக இருக்கிறது. அப்படியல்லாத ஊளைக்கதைகளை எழுதிக்குவிப்போர் பட்டியலில் எனது பெயர் இல்லாதது சற்றே கர்வத்தைத் தருகிறது.

'மீசை என்பது வெறும் மயிர்' நாவல், நந்தஜோதி பீம்தாஸ் தனுஷ்கோடியில் இருந்து இலங்கை சென்று சாதிவெறிச் சமூக அவலங்களை அனுபவித்து, கப்பல் ஏறி, உலக நாடுகளைச் சுற்றி, மீசை என்பது எங்கெங்கெல்லாம் எப்படியான அதிகார அடையாளமாக இருக்கிறது எனக் காட்டுகிறது. இடுப்புக்குக் கீழே மீசை வளர்க்கும் விஷயத்தை இன்று நினைத்தாலும் வலியிலிருந்து மீள முடிவதில்லை. நாவல் தளத்தில் உங்களது அடுத்தடுத்த முயற்சி என்ன?

உலகத்துக்கே மனிதமாண்பைப் போதிக்கும் யோக்கியதை இருப்பதாக பீற்றிக் கொள்ளும் பிரிட்டன், இந்தியாவை ஆண்டபோது தனது படையினரின் பாலுறவுத்தேவைகளுக்காக ஒவ்வொரு ஆயிரம்பேருக்கும் 10–12 பாலியல் தொழிலாளிகள் வீதம் பணியமர்த்தியுள்ளது. தொழில் செய்வதற்குப் பணம்கட்டி உரிமம் பெறும் பெண்களைப் பகிர்ந்தனுப்புவதற்கான

மேற்பார்வையாளர், இதிலேதும் சண்டை வந்தால் தீர்ப்பதற்கு ரகசிய நீதிமன்றங்கள், மருத்துவப் பரிசோதனைக்கும் சிகிச்சைக்கும் ரகசிய மருத்துவமனைகள் (லாக் ஹாஸ்பிடல்) என கண்டோன்மென்ட்டுகளில் நடந்த அட்டூழியங்களை மையப்படுத்தி ஒரு நாவலைக் காலவரம்பின்றி எழுதிக்கொண்டிருக்கிறேன்.

உங்களது எழுத்துகளைப் போலவே உரைகளும் கவனம் பெற்றவை. உங்கள் உரையின் அடிப்படை எவை? தமுஎகச குரலாக அவற்றை முன்வைப்பதில் எத்தகைய சவால்கள் உள்ளன?

காலனிய ஒடுக்குமுறைக்கு எதிராக ஆப்பிரிக்க நாடுகளில் நடந்துவந்த விடுதலைப் போர்களுக்கு உதவும் வகையில் இரண்டாவது போர்முனையை – அதாவது பண்பாட்டுப் போராட்டத்தை முற்போக்குச் சிந்தனையாளர்கள் தொடங்கியுள்ளனர். பேனாவை, தூரிகையை வாளாக, துப்பாக்கியாக உருவகித்துச் செயல்பட்டார்களாம். பார்ப்பனியமும் கார்ப்பரேட்டியமும் இணைந்து இந்தியச் சமூகத்தை அடிமைப்படுத்திவரும் இன்றைய பார்ப்பரேட்டியச் சூழலில் இங்குள்ள முற்போக்காளர்கள் அந்த இரண்டாவது போர்முனையை நமது தனித்தன்மைகளுக்கேற்பத் தொடங்கியாக வேண்டும் என்பதைக் கலைஇலக்கிய நிகழ்வுகளில் வலியுறுத்துகிறேன். நாட்டின் உள்கட்டமைப்பை வலுப்படுத்துவாகக் காட்டிக்கொண்டு ஆளும் வர்க்கம் எப்படித் தன்னை மிகவும் நவீனமாகப் பலப்படுத்திக்கொண்டு நாட்டை ஒரு பெருஞ்சந்தையாக ஒருங்கிணைத்துச் சுரண்டுகிறது என்பதையும், கம்யூனிஸ்ட் கட்சி அறிக்கை வெளியான காலத்து முதலாளியத்திலிருந்து இன்றைய முதலாளியம் வரைக்குமாக ஆய்ந்தறிந்து தோழர் எஸ்.வி.ஆர் போன்றவர்கள் முன்வைக்கும் புதிய விவாதங்களிலிருந்து பெறும் புரிதலையும் அரசியலரங்குகளில் பகிர்கிறேன். இந்தப் பேச்சுகளில் சாதியொழிப்பையும் சமூகநீதியையும் உள்ளிணைத்தே முன்வைக்கிறேன். இவை தமுஎகசவின் மைய நோக்கங்களுடன் இசைவிணக்கம் கொண்டவையே.

தமிழ்நாடு தீண்டாமை ஒழிப்பு முன்னணியிலும் பொறுப்பு வகிக்கிறீர்கள். அதுசார்ந்த அனுபவங்களைச் சொல்லுங்கள். ஆணவக்கொலைகள் இன்றும் தொடர்கின்றனவே. தமிழக அரசுக்கு உங்களது கோரிக்கை என்ன?

தமிழ்நாடு தீண்டாமை ஒழிப்பு முன்னணி நடத்தும் நேரடிப் போராட்டங்களுக்குக் கருத்தியல் தளத்தில் வலுசேர்க்கும் சில வேலைகளைச் செய்வதுண்டு. அவ்வகையில் சாதி ஒடுக்குமுறைக்கு எதிராகவும் சமத்துவத்திற்காகவும் எழுதுவதும் பேசுவதும்

வன்கொடுமைக்களங்களுக்குச் செல்வதுமே எனது செயல்பாடுகள். புதுக்கூரைப்பேட்டைக்கும் உத்தபுரத்துக்கும் பரமக்குடிக்கும் நத்தத்திற்கும் பாப்பாப்பட்டி கீரிப்பட்டிக்கும் சென்று சாதியத்தின் மூர்க்கத்தை அதன் நேரடி வடிவத்தில் கண்டுவந்து பதைபதைப்பு அடங்காமல் பலநாட்கள் தவித்திருக்கிறேன். குஜராத்தில் தலித்துகள் மீதான ஒடுக்குமுறைகளுக்கு எதிராக ஜிக்னேஷ் மேவானி மேற்கொண்ட நடைப்பயணத்தில் இங்கிருந்து சில தோழர்களுடன் அங்கு சென்று பங்கெடுத்துத் திரும்பியபோதும்கூட இதேவகையான கொந்தளிப்புக்குள் சிக்கித் தத்தளித்தேன். சாதிய வன்கொடுமைகள் அடுத்தடுத்து ஏவப்படும்போது திணறிப்போய்க் கண்ணையும் காதையும் மூடிக்கொண்டு என் முன்னால் எந்தக் கொடுமையும் நடக்கவில்லை என்பதுபோல என்னை நானே ஏமாற்றிக்கொண்டு மரத்துப்போன மனதோடு கிடந்துவிட்டுப் பின் ஆற்றமாட்டாமல் அழுதோய்ந்த நாட்களுமுண்டு. ஆனால் அதிலிருந்து மீள்வதற்கான உள்வலுவை அம்பேத்கர், பெரியாரின் எழுத்துகளும் கம்யூனிஸ்ட்களின் களச்செயல்பாடுகளுமே வழங்கின.

வயதுவந்த பெண்ணும் ஆணும் தனது வாழ்க்கைத்துணையைச் சுதந்திரமாகத் தெரிவுசெய்யும் உரிமையை மறுப்பதிலிருந்தே ஆணவக்கொலைகள் நடக்கின்றன. பலநாடுகளில் மத, இன வெறியில் ரத்தத் தூய்மையை வலியுறுத்தி இக்கொலைகள் நடக்கிறதென்றால் இந்தியாவில் சாதியின் பெயரால் நடக்கின்றன. தமிழகத்தில் ஆண்டுக்கு 120 – 150 பேர் கொல்லப்படுகிறார்கள். நடப்பிலுள்ள குற்றவியல் சட்டங்களின் மூலம் இக்கொலைகளைத் தடுப்பதிலும் தண்டிப்பதிலுமுள்ள இடர்பாடுகளைக் கவனத்தில் கொண்டு, மாநில அரசு தனிச்சட்டம் இயற்ற வேண்டுமெனத் தீண்டாமை ஒழிப்பு முன்னணி நடைப்பயணம் மேற்கொண்டது. உச்ச நீதிமன்றமும் தனிச்சட்டத்தின் தேவையைப் பலவாறாக வலியுறுத்தியும் கூட ராஜஸ்தானில் மட்டுமே நிறைவேற்றப்பட்டுள்ளது. தமிழ்நாடு அரசு தாமதமின்றித் தனிச்சட்டம் நிறைவேற்ற வேண்டும்.

ஓசூர் புத்தகத்திருவிழா உங்களது தலைசிறந்த பங்களிப்புகளில் ஒன்று. பலரை ஒன்றிணைத்து முதல் புத்தகத் திருவிழாவை வழிநடத்தியவர் நீங்கள். ஓசூர் புத்தகக்காட்சி இன்று தொடரும் விதத்தில் உங்கள் நோக்கம் நிறைவேறியதாகக் கருதுகிறீர்களா?

இப்போது நில நிர்வாக ஆணையராக உள்ள திரு.எஸ். நாகராஜன் அப்போது ஓசூரின் சாராட்சியர். நிர்வாக வரம்பின் எல்லைவரை சென்று முன்னுதாரணமான பணிகளை அவர் செய்ததைக் கவனித்துதான் 'புத்தகக் கண்காட்சி' யோசனையைத்

தெரிவித்தேன். உடனே ஏற்றுக்கொண்டு கிருஷ்ணகிரி மாவட்டத்தின் முக்கிய நிகழ்வாக மாறுமளவுக்கு நிர்வாகம் முழுவதையும் ஈடுபடுத்தினார். கலை இலக்கிய விழாக்களுக்கு ஆயிரக்கணக்கானவர்களை அணிதிரட்டிய தமுஎகச அனுபவம் உள்ளூர்ச் சமூகத்தைத் திரட்டுவதற்கு உதவியது. எனது முன்னெடுப்புகள் யாவற்றுக்கும் துணையிருக்கும் நண்பர் பி.எம்.சி குமார் இந்த முயற்சிக்கும் பேராதரவளித்தார். அதன் தொடர்ச்சியில் தமிழ்நாடு அறிவியல் இயக்கம் பலரையும் இணைத்துக்கொண்டு தொடர்ந்து நடத்திவருவது பாராட்டத்தக்கது. விதைகளை ஊன்றி வைத்தால் சூழல் தேவையானதை வளர்த்தெடுத்துக்கொள்ளும் தானே!

'தனித்துவம் நமது உரிமை பன்மைத்துவம் நமது வலிமை' முழக்கத்தின் பின்னணி?

செம்மலர் இதழில் வரவிருக்கும் எனது கட்டுரையின் பின்வரும் பகுதி இக்கேள்விக்கு உரிய பதிலாக அமையும்: "இந்தியப் பெருநிலப்பரப்பில் வாழும் 130கோடிக்கும் மேலான மக்களாகிய நாம் இயற்கைநேர்வு மற்றும் வாழ்முறைகளால் பல்வேறு மொழிவழி இனங்களாக வாழ்ந்து வருகிறோம். பிறப்பு முதல் இறப்பு வரையிலும் (சில விடயங்களில் இறப்புக்குப் பின்னும்கூட) தனிமனிதர்களின் வாழ்வை நெறிப்படுத்தி நடத்துகிற இவ்வாழ்முறைகளின் தொகுப்புதான் பண்பாடு எனப்படுகிறது. பண்பாடு நாடு முழுதும் ஒருபடித்தானதாக இல்லை. ஒவ்வொரு இனமும் தனக்கான தனித்த உணவு, உடை, இருப்பிட அமைவு, வாழ்க்கைவட்டச் சடங்குகள், தெய்வங்கள், வழிபாட்டு முறைகள், நம்பிக்கைகள், கலை இலக்கியம், கல்வி ஆகிய பண்பாட்டுக்கூறுகளை வரலாற்றுரீதியாகப் பெற்றுள்ளன. சாதி, மதம், பொருளாதாரம் ஆகியவை பண்பாட்டை இடைவெட்டிச் சென்றபோதும் அவற்றுக்கப்பாலும் ஓரினத்தைச் சேர்ந்தவர்கள் தமக்குள் பகிர்ந்து கொள்ள பொதுவான பண்பாட்டம்சங்கள் இருக்கவே செய்கின்றன. இதேரீதியில் ஒவ்வொரு இனமும் தனக்குள்ள தனித்துவமான பண்பாட்டைப் பேணிக்கொண்டே இதர இனங்களுடன் தமக்குள்ள பொதுமைப் பண்புகளைக் கண்டடைந்து அவற்றுடன் ஒப்புரவாக வாழ்ந்துவருகின்றன.

ஓர் இனத்தின் வேறுபட்ட பண்பாட்டை அதன் தனித்துவமாகக் கருதி சமமாக ஏற்றுக்கொள்வதற்கு மாறாக அதனை இதரப் பண்பாடுகளுக்கு எதிரானதாகவோ கீழானதாகவோ உயர்வானதாகவோ சித்தரிக்க ஒன்றிய அரசும் அதனை ஆட்டுவிக்கும் ஆர்.எஸ்.எஸ் கும்பலும் முயற்சித்து வருகின்றன. இதன் மேலதிக தீவிரத்தில், தேசிய இனங்கள் என்பதையே

மறுத்து இந்திய இனம் என்கிற செயற்கையான அடையாளத்தைச் சுமத்தி அந்த இந்திய இனத்தின் பண்பாடானது ஆரியப் பண்பாடே என்று நிறுவும் முயற்சி மேற்கொள்ளப்படுகிறது." இதனாலேயே 'தனித்துவம் நமது உரிமை பன்மைத்துவம் நமது வலிமை' என்கிற முழக்கத்துடன் தமுஎகச 15ஆவது மாநில மாநாடு நடைபெறவிருக்கிறது.

தமுஎகச பொதுச்செயலாளராக இக்காலத்தின் பணிகள்?

கூட்டுமுடிவைச் செயல்படுத்தும் பொறுப்பு என்பதற்கும் அப்பால் விவாதங்களுக்கும் செயல்பாட்டுக்குமான நிகழ்ச்சிநிரலை முன்வைப்பதற்கும் கருத்தொற்றுமையை உருவாக்கிச் செயல்பட வைப்பதிலும் என் பெரும்பகுதி நேரத்தை ஒதுக்கியிருக்கிறேன். பணியிலிருந்து விருப்ப ஓய்வு பெற்றுள்ளதாலும், நானிருந்து செய்தாக வேண்டிய சொந்தவேலைகள் எதுவும் இப்போதைக்கு எனக்கு இல்லாதிருந்ததாலும் இது சாத்தியமாயிற்று. கருத்துரிமைக்குக் கடும் அச்சுறுத்தல் உருவாவதை முன்னறிவித்து 'கருத்துரிமை போற்றுதும்' கூடுகை, தேசியக் கல்விக்கொள்கைக்கு எதிரான கருத்துருவாக்கத்தில் முன்னோடியாக 'கல்வி உரிமை மாநாடு', 'பெண் எழுத்தும் வாழ்வும்' முகாம், பொதுமுடக்கக் காலத்திலும் இணையவழியில் நூற்றுக்கணக்கான கருத்தரங்குகள், இணையவழியில் திரைப்பள்ளி (இப்போது நேரடியாக நடக்கிறது), அரசுப் பள்ளி ஆசிரியர்களுக்கான இணையவழி நாடகப் பள்ளி, நாட்டுப்புறக் கலைஞர்கள் வாழ்வாதாரக் கோரிக்கை மாநாடுகள், நலிவடைந்த நாட்டுப்புறக் கலைஞர்களுக்கான உதவிகள் என்று இக்காலத்தில் இடையறாத வேலைகள் நடந்துள்ளன. மேலெழுந்த பிரச்சினைகள் அனைத்திலும் எமது நிலைப்பாட்டைத் தெரிவிக்கும் அறிக்கைகள் வெளியாகியுள்ளன.

அமைப்பினரின் கலைஇலக்கியச் செயல்பாட்டு மட்டத்தை உயர்த்துவது, கலை இலக்கிய நாட்டமுள்ள எவரொருவரையும் தவறவிடக் கூடாது என்பதற்காக 'வீடுதோறும் உறுப்பினர், வீதிதோறும் கிளை' என்று அமைப்பினை விரிவுபடுத்துவது, எமது அமைப்புடன் நெருங்கிவரத் தயங்கும் கலை இலக்கியவாதிகளுடனும் பண்பாட்டு ஊழியர்களுடனும் தோழமை பேணுவது, தமிழகத்தின் வினைத்திறன்மிக்கக் கலைஇலக்கிய அமைப்பு என்னும் நற்பெயரைத் திடப்படுத்துவது என இனிவரும் காலத்துப் பணிகள் எம்மை அழைக்கின்றன.

(புதிய புத்தகம் பேசுது ஜூலை 2022 இதழுக்காகத் தோழர் ஆயிஷா இரா.நடராசன் நடத்திய நேர்காணல்)